AF519144

INSIGHT PUBLICA ®

INSIGHT PUBLICA®
Nadakkavu, Kozhikode, Kerala
Tel:0495 4020666
www.insightpublica.com
e-mail: insightpublica@gmail.com

Iruthalamoori

(Stories - Malayalam)

Sreeni Balusseri

First Edition: September 2020

ISBN 978-93-90355-95-2

ഇരുതലമൂരി

തെരഞ്ഞെടുത്ത മിനിക്കഥകൾ

ശ്രീനി ബാലുശ്ശേരി

INSIGHT PUBLICA®

സ്വദേശം കോഴിക്കോട് ജില്ലയിലെ ബാലുശ്ശേരി. 1972 മുതൽ എഴുതി വരുന്നു. 1988ൽ കോഴിക്കോട് നഗരസഭാ കാര്യാലയത്തിൽ ജോലിയിൽ പ്രവേശിച്ചു. 2009ൽ വിരമിച്ചു. ആനുകാലികങ്ങളിൽ 50 ഓളം നോവലുകൾ 500ലേറെ കഥകൾ 100ലേറെ ലേഖനങ്ങൾ. 30 പുസ്തകങ്ങൾ. പ്രധാന കൃതികൾ: കുരുന്നാളി, സാലഭഞ്ജിക, വിഷക്കരു, ഗാന്ധിക്കുറുപ്പും കാക്കകളും, പ്രജായാനം, പരകായം, റേഡിയോ, വക്കുപൊട്ടിയ ജീവിതങ്ങൾ, മരിച്ചുചെല്ലുമിടം, പരകായം, കത്തുന്ന കൈരളി 60ൽ ഒരു തിരക്കഥ, ജീവിച്ചിരിക്കുന്നു, നീര്, "ട്ട" (നോവലുകൾ) സൂര്യചുംബനം (4 നോവലെറ്റുകൾ) മഹാനായ കള്ളൻ (മൂന്ന് നോവലെറ്റുകൾ) മഞ്ചാടി, മാനികിൻ, അന്തി (കഥാ സമാഹാരം) നർമ്മചൂർണം (ഹാസ്യകഥകൾ) റെയ്ഞ്ച്പോയഭഗ വാൻ (യുക്തിവാദം) ചിന്നുവിന്റെ ഗുഹായാത്ര, നിർമ്മല്ലൂർ കാട്ടിലെ വിരുന്നുകാർ, സ്വർണ്ണക്കൂട്ടും ചങ്ങലയും, രക്ഷകന്റെ ഇന്ദ്രജാലം, രണ്ടു കൂട്ടുകാരികൾ, മഞ്ഞപ്പുഴയുടെ കണ്ണുനീർ (ബാലനോവലുകൾ) ചിന്നുവിന്റെ ഗുഹായാത്രയ്ക്ക് 2000-ലെ ഭീമാ സ്മാരക അവാർഡും 2001-ലെ സംസ്ഥാന ബാലസാഹിത്യ അവാർഡും. 2018-ൽ പരകായം നോവലിന് ആർ.കെ. രവിവർമ്മ സ്മാരകപുരസ്കാരം, മികച്ച നോവലിസ്റ്റിന് ആലപ്പുഴ നവോത്ഥാന സംസ്കൃതിയുടെ നവോത്ഥാന ശ്രേഷ്ഠ പുരസ്കാരം, അന്തി എന്ന ചെറുകഥയ്ക്ക് ധാർമ്മികതാ മാസികയുടെ രചനാപുരസ്കാരം. മരിച്ചുചെല്ലുമിടം എന്ന നോവലിന് 2020ലെ പി.ശാന്താദേവി പുരസ്കാരം.

വിലാസം: ശ്രീനി ബാലുശ്ശേരി
ചന്ദനശ്ശേരി കൈരളി- കുന്നത്തെരു റോഡ്
ബാലുശ്ശേരി-673 612

sreenibalussery@gmail.com
9947314542

ശ്രീനി ബാലുശ്ശേരി

കഥകൾ

ശരറാന്തൽ

ശരറാന്തലുമായി ഡയോജനിസ് വീണ്ടും തെരുവിലേക്കിറങ്ങി. അയ്യരും നായരും തിയ്യനും ചെറുമനും പറയനും തട്ടാനും നസ്രാണിയും സുന്നിയും മുജാഹിദും ജൂതനും ജൈനനും പാർസിയും വഴിനീളെ ചോദിച്ചു:

"ഈ നട്ടുച്ച വെളിച്ചത്തിലും വിളക്കുംകൊളുത്തി അങ്ങാരെയാണ് തിരയുന്നത്?"

"എന്റെ മകനെ കാണാനില്ല"

"ഓഹോ എന്താണവന്റെ പേര്?"

"മനുഷ്യൻ"

"ഇല്ല. ഞങ്ങൾക്കറിയില്ല"

നഷ്ടപുത്രനെത്തേടി ഡയോജനിസ് മുന്നോട്ടു നടന്നു.

●

കരുതൽ

വൃദ്ധസദനത്തിലേൽപിച്ച് പടിയിറങ്ങാൻ നോക്കുമ്പോഴാണ് മാനത്ത് മഴമേഘമിരുണ്ടത്. കുടയെടുക്കാൻ മറന്നതിൽ അസഹ്യതപൂണ്ട മകന്റെ തോളിൽ കൈവെച്ച് അമ്മ പുഞ്ചിരിച്ചു:

"നമ്മളിങ്ങോട്ട് പുറപ്പെടുമ്പോഴേ ഞാനൂഹിച്ചതാ മോനേ... നീ കുടയെടുക്കില്ലെന്നും ചാറ്റൽമഴയിലൂടെ നീ ഒറ്റയ്ക്ക് നടന്നുപോകേണ്ടി വരുമെന്നും ജലദോഷം പിടിച്ചു കിടക്കുമെന്നും..."

അമ്മ സ്വന്തം ബാഗ് തുറന്ന് വസ്ത്രങ്ങൾക്കടിയിൽ നിന്നും കാലപ്പഴക്കത്താൽ ഇത്തിരി നരച്ചതെങ്കിലും ഇല്ലികൾ പൊട്ടാത്തൊരു വർണ്ണക്കുട പുറത്തെടുത്തു നീട്ടി.

മകന്റെ നെഞ്ചൊന്നുലഞ്ഞു.

മുപ്പത്വർഷങ്ങൾക്കുമുൻപ്, തന്നെ ആദ്യമായി സ്കൂളിൽ ചേർത്തുമ്പോൾ അമ്മ വാങ്ങിത്തന്ന വർണ്ണക്കുട!

●

ശേഷം

അമ്മയുടെ കോടിപുതപ്പിച്ച ജഡത്തെ ചുംബിച്ച് മക്കൾ അലമുറയിട്ടു.

നിലവിളക്കിന്റെ തിരികെടാതെ തെളിയിച്ചുകൊണ്ട് ഇളയമകൾ:

"ഇവിടെ എന്റെ ഓഹരീത്തന്നെ വെയ്ക്കാം..."

വിളക്കിലേക്കെണ്ണ പകർന്ന് രണ്ടാമത്തെ മകൾ:

"ഈ വസ്തു വിറ്റുപോവൂലെ ഏടത്തീ...അമ്മയുടെ ആത്മാവ് വേദനിക്കരുത്...ഞാനെന്റെ വീട്ടിലേക്ക് കൊണ്ടുപോയ്ക്കൊള്ളാം..."

ആൺമക്കൾ ശേഷം മുറിച്ച്, തിലോദകപിണ്ഡം നേദിച്ച് കൈകൊട്ടിയപ്പോൾ ബലിക്കാക്കകളും മടിച്ചില്ല.

പരികർമ്മിയും ശിരസ്സ് കുലുക്കി:

"പുണ്യമാതാവ്"

അഗ്നിയുടയാത്ത അസ്ഥിഖണ്ഡങ്ങൾ പെറുക്കി മക്കൾ മൺകുടത്തിലാക്കി. പാപനാശിനിയുടെ ഓളങ്ങളിൽ വിടപറയുന്ന മൺകുടം നോക്കി മക്കൾ വിതുമ്പി:

"അമ്മയുടെ ആത്മാവിന് ഒരു ദു:ഖോം ഉണ്ടാകര്ത്...നേർച്ചയൂട്ടി പ്രസാദിപ്പിക്കണം...അടിയന്തിരം ഗംഭീരാക്കണം...പതിനാറിനേ തീർക്കാവൂ... പാവങ്ങൾക്കന്നദാനം വേണം..."

പിന്നെ,

ഭാഗംപിരിച്ച്, വിറ്റ വസ്തുവിൽനിന്ന് വീടൊഴിയുമ്പോൾ ഒരു കാലിച്ചാക്കുമായി മക്കൾ അമ്മ കിടന്ന ചായ്പിലേക്ക് കടന്നു. മലമൂത്രത്തിലഴുകിയ കട്ടിലിൽനിന്നും അമ്മയുടെ സ്വന്തം വസ്തുവഹകൾ ചാക്കിലാക്കി.

മൂട്ടകൾ പെരുകിയ കോസടി.

അടിക്കുഴമ്പിൽ ഈറകൾ ചത്തുപറ്റിയ മരുന്നുകുപ്പി.

വക്കടർന്ന കഞ്ഞിച്ചട്ടി!

●

ഷോക്കേസ്

ചായ്പിൽ ഉപയോഗശൂന്യമായിക്കിടന്ന വീട്ടുപകരണങ്ങളുടെയൊക്കെ മൂല്യം എത്ര പെട്ടെന്നാണ് തിരിച്ചുവന്നത്!

എല്ലാം പോളിഷ് ചെയ്ത് ഷോകേസിൽ നിരത്തിയാൽ വീടിനാകെ ഒരന്തസ്സും പ്രൗഢിയുമാണ്!

മകൻ ആവേശത്തോടെ ചായ്പിലേക്കോടി.

ക്ലാവുപിടിച്ചുകിടന്ന പഴയ പിച്ചളത്താലം, കോളാമ്പി, ഓട്ടുകിണ്ടി, തൂക്കുവിളക്ക്...!

എല്ലാം പെറുക്കിയെടുത്ത് നെഞ്ചോട്ക്ചേർത്തുപിടിച്ച് പുറത്തേക്കോടവേ, ചായ്പിന്റെ മൂലയിലെ കട്ടിലിൽ അസ്ഥിരൂപമായി കിടന്ന വൃദ്ധൻ വിറയലോടെ കൈചൂണ്ടി:

"മോനെ... പണ്ട് നമ്മുടെ പൂജാമുറിയിൽ ഭസ്മമിട്ടു വെച്ചിരുന്ന ഒരു പിച്ചളപ്പാത്രമതാ"

കണ്ണിൽപെടാതെപോയ ചിത്രപ്പണികളുള്ള ഭസ്മപ്പാത്രം മകൻ ഓടിച്ചെന്നെടുത്തു.

"താങ്ക്സ് അച്ഛാ"

വർഷങ്ങൾക്കുശേഷമുള്ള മകന്റെ നന്ദിവാക്കിൽ മനംനിറഞ്ഞ് അച്ഛൻ വീണ്ടും പുതപ്പിനുള്ളിലേക്ക് ചുരുണ്ടു.

•

സ്നേഹം

അച്ഛൻ മരിച്ചപ്പോഴാണ് ഖേദിച്ചത്; കൈകൾ സ്വതന്ത്രമായിരുന്നിട്ടും ജീവിച്ചിരുന്നപ്പോൾ ആ തോളിലൊന്ന് തലോടിയില്ല. അമ്മ മരിച്ചപ്പോഴാണ് ഖേദിച്ചത്; എന്നും വീട്ടിൽ നിന്നിറങ്ങുമ്പോൾ ഒരിക്കലുമൊന്ന് കെട്ടിപ്പിടിച്ചില്ല.

ഇപ്പോഴിതാ ഒരു ചുടലക്കാറ്റിൽ അവരുടെ ചിതാഭസ്മവും പറന്നു പോയി.

കഷ്ടം; ലുബ്ധന്റെ കയ്യിലെ സമ്പാദ്യവും കഴിച്ചെടുക്കാത്ത നിധിയും ആർക്ക്, എന്തിന് കൊള്ളാം...!

●

കലി

എട്ടുകാലിയെപ്പോലെ വലനെയ്ത്ത് അയാൾ തക്കംപാർത്തിരുന്നു. പ്യൂപ്പ വിട്ടിറങ്ങിയ ശലഭംപോലെ കുഞ്ഞിളംപ്രായമായ പെൺകുട്ടി പെട്ടെന്നാണ് വലയിൽ പറ്റിയത്. അയാളുടെ നരച്ച മുഷ്ടിക്കുള്ളിൽ ഞെരിയവേ അവസാനത്തെ പുൽക്കൊടിക്കായി അവൾ കൈകൾ കൂപ്പി:

"അങ്ങയുടെ ഒരു മകളെപ്പോലെ കരുതിയെങ്കിലും എന്നെ വെറുതെവിടൂ..."

"അതെയതെ മകൾ... സുന്ദരിയായ മകൾ..."

സ്വന്തം മകളെ പീഡിപ്പിച്ചതിന്റെ ജയിൽശിക്ഷകഴിഞ്ഞു വരികയായിരുന്ന അയാൾ ആർത്താർത്തുചിരിച്ചു.

പിന്നെ, വീണ്ടുമൊരു തീക്കാറ്റായി അവളിലേക്ക് വീശി.

●

ഹത്യ

"അമ്മേ എന്നെ വേഗമൊന്ന് സ്വതന്ത്രയാക്കൂ...എനിക്ക് നിങ്ങളുടെ ലോകത്തേക്ക് വരാൻ തിടുക്കമായി..."

അമ്മക്കിളി ഭീതിയോടെ ചുറ്റും നോക്കി.

പ്രപഞ്ചഭാവം കാളിമയാർന്നുവരുന്നു.

"അയ്യോ വേണ്ട മോളേ... ആകെ ഇരുണ്ടുവരുന്നു... നിനക്ക് മുന്നോട്ടുപോവാൻ കഴിയില്ല."

"സാരമില്ലമ്മേ... അമ്മയുടെ കൈത്താരുണ്ടല്ലോ... അതുംപിടിച്ച് ഞാൻ വഴിനടക്കും..."

"അത് വളരെ നേർത്തതാണ് മകളെ..."

"എനിക്കമ്മയുടെ കാലിണകളുണ്ടല്ലോ... അതിൻമേൽചാരി ഞാൻ തൊടികളിലലയും..."

"തൊടികളിൽ നീരാളികൾ വസിക്കുന്ന അഗാധഗർത്തങ്ങൾ രൂപപ്പെട്ടുകഴിഞ്ഞു മകളേ... കാലൊന്നിടറിയാൽ നമ്മൾ കുഴിയിൽ പതിക്കും... വീഴാതെ നോക്കിയാലും കുഴികളിൽനിന്ന് നീരാളി ക്കൈകൾ മുകളിലേക്ക് വന്ന് നിന്നെ വരിഞ്ഞുമുറുക്കും..."

"നമുക്ക് ചിറകുകളില്ലേ അമ്മേ?... മഴവില്ലുകൾ പുഞ്ചിരിക്കുന്ന ആകാശങ്ങളിൽ നമുക്ക് പറന്നലയാം..."

"ഇല്ല മോളെ... പരുന്തുകൾ വട്ടമിട്ട് പറന്നുകൊണ്ടേയിരിക്കുന്നു... ഒരൊറ്റ റാഞ്ചലിൽ എല്ലാം തീരും..."

"കുയിലുകൾപാടുന്ന...ഇളമാനുകൾമേയുന്ന കുളിരരുവികളൊ ഴുകുന്ന കാടുകളില്ലേ അമ്മേ?... നമുക്കവിടെ മേഞ്ഞുനടക്കാം..."

"ഇല്ല മകളേ... ദംഷ്ട്രകൾ നീട്ടിയ സിംഹങ്ങളുണ്ട്...ചെന്നായ്ക്കൾ നാവുനീട്ടി നിൽപ്പാണ്..."

"എവിടെയും ഒരു രക്ഷയുമില്ലേ അമ്മേ?"

"ഇല്ല മോളെ... എവിടെയുമില്ല... എവിടെയും..."

ഉള്ളിൽ കുഞ്ഞിക്കിളി ഗദ്ഗദംകൊണ്ടു:

“പിന്നെ...പിന്നെന്തിനമ്മേ?”

“തെറ്റിപ്പോയി മോളെ...തെറ്റിപ്പോയി...ഈയമ്മയ്ക്ക് മാപ്പുതാ...”

അണ്ഡപേടകത്തിൽ ചോദ്യങ്ങളവസാനിച്ചു.

മൗനം മഹാണ്ഡമായി.

അമ്മക്കിളി പതിയെ നെഞ്ചകം നിധിപോലെകാത്ത പൊരുന്നയിലേക്ക് കൊക്ക് നീട്ടി.

അണ്ഡം കൊത്തിപ്പിളർത്തി.

ഭ്രൂണശകലങ്ങൾ കണ്ഠത്തിലൂടെ അകത്തേക്കിറങ്ങി:

-മകളേ...നീയിപ്പോൾ സ്വതന്ത്രയാണ്...പിറക്കാതിരിക്കലിന്റെ സ്വാതന്ത്ര്യത്തിൽ നിന്റെ ജൻമം പുണ്യം നേടിയിരിക്കുന്നു...!

-നിന്റെ ബലിദാനരക്തത്താൽ എന്റെ ഗർഭഗേഹം എന്നെന്നേക്കുമായി ഊഷരമായ്പോകട്ടെ...!

●

കോമ്പസിഷൻ

ഞാൻ വെറുതെ ബാല്യകാലത്തെ ഒരു സംഭവമോർത്തു. ഉണ്ണിക്കിടാവ്മാസ്റ്റർ മലയാളം ക്ലാസിൽ ഞങ്ങൾക്ക് ലേഖനമെഴുതാൻ വിഷയം തന്നു.

ഭാവിയിൽ നിങ്ങൾ ആരാകാനാഗ്രഹിക്കുന്നു?

രാവിലെ കഴിച്ച കപ്പയും ചുട്ട പപ്പടവും ദഹിച്ചതിനാൽ എനിക്ക് നന്നേ വിശപ്പുണ്ടായിരുന്നു. എങ്കിലും ബുക്കും പെന്നും പിടിച്ച് ഞാൻ ചിന്തിച്ചുനോക്കി.

നിത്യരോഗിണിയായ അമ്മ ഞാനൊരു ഡോക്ടറായി കാണാനാഗ്രഹിക്കുന്നു. കരിങ്കല്ല് പൊട്ടിച്ചുകഴിയുന്ന അച്ഛനാവട്ടെ ഞാനൊരു എഞ്ചിനിയറാവാൻ ആഗ്രഹിക്കുന്നു. എനിക്കിഷ്ടം ആദർശധീരനും നീതിപാലകനുമായ ഒരു പോലീസ് ഓഫീസറാവാനായിരുന്നു. അച്ഛനുമമ്മയും കളിയേക്കാൾ എനിക്കിഷ്ടം കള്ളനും പോലീസും കളിയായിരുന്നു. അതിൽ ഞാനായിരുന്നു എന്നും പോലീസ്.

ഞാൻ ഉത്സാഹത്തോടെ എഴുതിത്തുടങ്ങി:

'കാക്കി യൂണിഫോറമണിഞ്ഞ് റൈഫിൾ പിടിച്ച് അനീതിയോടു പടപൊരുതുന്ന ഒരു പോലീസ്ഓഫീസറായി നാടിനെ...'

ഞാൻ വെറുതെ ഓർത്തുപോവുകയാണ്.

അറുപതോളം കവർച്ചകൾ നടത്തി പിടികിട്ടാപ്പുള്ളിയായി ജീവിച്ച്, ഒടുവിൽ പിടിക്കപ്പെട്ട് പത്തുകൊല്ലത്തെ തടവുശിക്ഷയും വാങ്ങി ഈ തടവറയിൽ ചൊറികുത്തിയിരിക്കുമ്പോൾ എനിക്കിങ്ങനെ എന്തെല്ലാം ഓർക്കാനുണ്ട്...!

●

ഗതി

തന്റെ സ്വപ്നങ്ങളോട് നീതി പുലർത്തുകയും തന്റെ ആദർശങ്ങളെ അംഗീകരിക്കുകയും തന്റെ സ്നേഹത്തെ സമഗ്രമായി ഏറ്റുവാങ്ങുകയും തന്റെ സൗന്ദര്യത്തെ പൂർണ്ണമായി ആസ്വദിക്കുകയും ചെയ്യുന്ന ഒരാൾ എന്നെങ്കിലും ഈ തടവറയിലേക്ക് വരുമെന്ന് ഇരുവരും മോഹിച്ചു. സ്നേഹം വിങ്ങിനിൽക്കുന്ന മനസ്സും കാമം തരിക്കുന്ന ശരീരവുമായി അവർ കാത്തിരുന്നു. ഞെട്ടിയുണർന്ന അർദ്ധരാത്രികളിൽ ഏകാന്തതയുടെ ഭാരം സഹിക്കാനാവാതെ അവർ നിശ്വാസമുതിർത്തു. ഒരു കട്ടിലിന്റെ രണ്ടറ്റങ്ങളിൽ തിരിഞ്ഞും മറിഞ്ഞും കിടന്നുകൊണ്ടവർ സംവത്സരങ്ങൾ തള്ളിനീക്കി.

ഒരു സുപ്രഭാതത്തിൽ അവർ ഈ ഭൂമിയിൽനിന്ന് മാഞ്ഞുപോവുകയും ആദർശദമ്പതിമാരുടെ മരണവാർത്ത അടുത്ത ദിവസത്തെ പത്രത്തിൽ വരികയും ചെയ്തു.

●

എ.ഡി. 2050

എ.ഡി. 2050ൽ- കത്തുന്ന സൂര്യനുകീഴെ ആ ഏട്ടനും അനിയനും അലഞ്ഞുനടന്നു. അവർ അർദ്ധനഗ്നരായിരുന്നു. സമ്പന്നവർഗ്ഗം പുറംതള്ളുന്ന പോളിത്തീൻകവറുകൾ കൂട്ടിക്കെട്ടിയാണ് അവർ നഗ്നത മറച്ചിരുന്നത്.

വീടുണ്ടായിരുന്നില്ല.

ന്യൂക്ലിയർബോംബുകൾ വീണുണ്ടായ ഒരഗാധഗർത്തത്തിലായിരുന്നു അവർ അന്തിയുറങ്ങിയിരുന്നത്.

അവശിഷ്ടങ്ങൾ സംസ്ക്കരിക്കാൻ ഒരിഞ്ചുഭൂമിപോലും തരിശില്ലാത്തതിനാൽ, ഭക്ഷണാവശിഷ്ടങ്ങൾ അത്യാധുനിക ഫർണറുകളിൽ വീണ്ടും കത്തിച്ചാണ് പഞ്ചനക്ഷത്രഹോട്ടലുകൾ പാചകം ചെയ്തിരുന്നത്. ഫർണറെത്തുന്നതിനുമുൻപ്, വെയിറ്റർമാരായ റോബോട്ടുകൾ നിരങ്ങിയെത്തുന്നതിനുമുൻപ്, സമ്പന്നർ ഈമ്പിയെറിഞ്ഞ കോഴിക്കാലുകളും ബിരിയാണിവറ്റുകളും മോഷ്ടിച്ചാണ് അവർ വിശപ്പാറ്റിയിരുന്നത്.

രാത്രികളിൽ, അശാന്തരായി കെട്ടിപ്പിടിച്ചുകിടക്കവേ, അനിയൻ ചോദിച്ചു:

"ഇങ്ങനെ നരകിച്ചുകിടക്കാൻ നമ്മളെന്ത് തെറ്റുചെയ്തു ഏട്ടാ?... അവർ നമ്മളെ ജനിപ്പിച്ചതെന്തിനായിരുന്നു ഏട്ടാ?"

ചോദ്യങ്ങൾ വ്യർത്ഥമായിരുന്നു. കാരണം പാവപ്പെട്ടവരെമാത്രം തിരഞ്ഞുപിടിച്ച് നശിപ്പിക്കാൻ ശത്രുരാജ്യങ്ങൾ വിക്ഷേപിച്ച വൈറസുകൾ അവരെ കണ്ടെത്തുന്നതുവരെ അവർക്കങ്ങനെ കഴിയുകയേ ഗതിയുള്ളൂ.

2050ൽ- തപിക്കുന്ന ഹൃദയത്തോടെ കാമുകൻ പ്രിയപ്പെട്ടവളോടു പറഞ്ഞു:

"പറയൂ... അവരിങ്ങനെ നരകിക്കണോ ഓമനേ?... അവരുടെ കഠിനശാപത്തിൽനിന്നൊഴിവാകാൻ നമുക്കൊരേയൊരു മാർഗ്ഗമേയുള്ളൂ..."

അവൾ മാതൃകാമനയുടെ ഗ്രന്ഥികൾ ചുരത്തുന്ന കണ്ണീരും തേങ്ങലും ഉള്ളിലടക്കിക്കൊണ്ട് മുഖംകുനിച്ചു.

പിന്നെ,

ഒരു വന്ധ്യംകരണ ശസ്ത്രക്രിയക്കുശേഷം അവൻ അവളെ വിവാഹം കഴിച്ചു.

●

മകൻ

കമ്പ്യൂട്ടറിൽ, സൈറ്റുകളുടെ മഹാസമുദ്രത്തിൽമുങ്ങി തിരിച്ചെത്തുന്ന മകന്റെ കണ്ണുകൾ ചുവന്നിരിക്കുന്നു. അവൻ ധരിച്ച ആ കട്ടിക്കണ്ണടയ്ക്കുപിന്നിലെ കൃഷ്ണമണികളുടെ മൂർച്ചയും ഗൗരവമുഖംമൂടിയും അച്ഛനമ്മമാരെ ഭീതിയിലാഴ്ത്തിയിരിക്കുകയാണ്. അവൻ ചിരി മറന്നിരിക്കുന്നു! അവനെയൊന്നു ചിരിപ്പിക്കാൻ അവരിപ്പോൾ പെടാപ്പാട് പെടുകയാണ്.

കമ്പ്യൂട്ടറിൽനിന്നും മകനെ പറിച്ചെടുത്ത് എക്സിബിഷൻ ഗ്രൗണ്ടിലെ അമ്യൂസ്മെന്റ് പാർക്കിലെത്തിച്ചു. വർണ്ണാഞ്ചിതമായ പാർക്കിൽ മകനെപ്പോലെ കട്ടിക്കണ്ണട ധരിച്ച ആയിരക്കണക്കിന് ചിരിക്കാത്ത കുട്ടികൾ!

മകനെ ജയന്റ്വീലിലിരുത്തി അച്ഛൻ ആകാശത്തേക്കുയർത്തി. ആകാശപ്പൊയ്കയിൽ അമ്പിളി കൈനീട്ടിയിട്ടും അവനൊരു കൗതുകവുമില്ല.

മകനെയവർ കൊളംബസ്സിൽ കയറ്റി. ആടിയുലയുന്ന ആകാശത്തോണിയിൽ അവൻ മറ്റെന്തോ ചിന്തിച്ചിരുന്നു.

ട്വിസ്റ്റർവീലിൽ കറങ്ങിയിട്ടും ഡ്രാഗൺട്രെയിനിൽ കുതിച്ചിട്ടും ഹരാകിരിയുടെ ചുരുളൻനദിയിലൂടെ കുലംകുത്തിയിറങ്ങിയിട്ടും വിനോദം കാണാതെ, ചിരിക്കാതെ മകൻ മുട്ടുംതട്ടി അച്ഛനമ്മമാർക്കരികിലെത്തി.

ചിരിക്കാതെ, കണ്ണട ശരിയാംവണ്ണമുറപ്പിച്ച് അവനങ്ങനെ നിൽക്കവേ, പെട്ടെന്ന് ദൂരെ യന്ത്രോഞ്ഞാലിന്റെ വൃത്തനിയമം ലംഘിച്ച് ഒരു തൊട്ടിൽ ആകാശവീഥിയിൽ പൊട്ടിവേർപെട്ട് ഇലക്ട്രിക്പോസ്റ്റിലടിച്ചു തകർന്നു. ഏതോ, ആരുടേയോ ഒരു കുഞ്ഞ് തൊട്ടിലിൽ നിന്ന് തെറിച്ച് നിലത്ത് വീണു.

പാർക്കിൽ, തലച്ചോർ ചതഞ്ഞ മലരായി തെറിക്കവേ, ഹരാകിരിയുടെ ചുരുളൻനദിപോലെ ചുടുചോര ചീറ്റവേ, മകന്റെ മുഖം വിടർന്നു.

അവൻ കൈകൊട്ടി ആർത്തുചിരിച്ചു:

"ഫന്റാസ്റ്റിക്... വൺസ്മോർ... വൺസ്മോർ..."

●

ഫെമിനിസ്റ്റല്ലാത്ത ഒരു വാഴയുടെ കഥ

കുല വെട്ടിക്കഴിഞ്ഞാൽ ഉണങ്ങിത്തീരുന്ന ജൻമമായിരുന്നു അത്. വാഴക്കുടപ്പനിലെ മധുകണങ്ങൾ ഈമ്പിക്കുടിച്ച് കുട്ടികൾ അല്ലി വലിച്ചെറിഞ്ഞു. ഇല വെട്ടിയെടുത്തവർ സദ്യയുണ്ട് എച്ചിലില കൊട്ടയിൽ തള്ളി. കുലവെട്ടിയ ജൻമി പഴം നുണഞ്ഞ് തൊലി വലിച്ചെറിഞ്ഞു. കനകപോളകൾ പൊളിച്ചുമാറ്റി ഉണ്ണിക്കാമ്പുപോലും കവർന്നു. ബാക്കിയായ തടി സ്വയം ജീർണ്ണിച്ച് ചുറ്റും കിളിർത്തുവന്ന ഉണ്ണിത്തൈകൾക്ക് വളമായസ്തമിച്ചു.

യഥാർത്ഥത്തിൽ അവളുടെ സ്വത്വം എന്തിലായിരുന്നു?
അവൾ ആരായിരുന്നു?
ഈമ്പിക്കുടിച്ച മധുവോ വലിച്ചെറിഞ്ഞ അല്ലികളോ?
സദ്യയുണ്ട ഇലയുടെ സ്വാദോ എച്ചിലിലയോ?
ജൻമി നുണഞ്ഞ പഴമോ വലിച്ചെറിഞ്ഞ തൊലിയോ?
ഉണ്ണിക്കാമ്പോ ചീന്തിയെറിഞ്ഞ പോളകളോ?
കിളിർത്ത തൈകളോ തൈകളെ വളർത്തിയ ജീർണ്ണവളമോ?
ആരായിരുന്നു?

●

ഒട്ടകം

പകുതിമാത്രം വിടർന്ന മുല്ലപ്പൂക്കൾ പരത്തിയിട്ട കിടക്കയിൽ പെൺകുട്ടി ചാരിക്കിടക്കവേ അയാൾ വന്ന് വാതിലടച്ചു. പീളകെട്ടിയ കണ്ണുകൾ പരമാവധി വിടർത്തി കുലുങ്ങിച്ചിരിച്ചുകൊണ്ട് അയാൾ ശയ്യയിലിരുന്നപ്പോൾ അവൾ അത്ഭുതത്തോടെ നോക്കി.

ബാപ്പയുടെ അറബിക്കഥകളിൽനിന്ന് ഉയിരെടുത്തിറങ്ങിവരുന്ന സുൽത്താൻ!

കറുത്തുതടിച്ച ദീർഘകായൻ, നീണ്ട വെള്ളത്താടി. കറുത്ത ആ മേലങ്കിപോലും അയാൾ മാറ്റിയിട്ടില്ല.

അയാൾ ഒരു വിറയലോടെ പെൺകുട്ടിയുടെ കൈകൾ കൈയിലെടുത്ത് തലോടി. അവൾ അതിൽ അലോസരംകാട്ടാതെ ചോദിച്ചു:

“നിങ്ങൾടെ നാട്ടില് ഇപ്പഴും ഇഷ്ടംപോലെ കാരക്കേം ഉറുമാംപഴോം കിട്ട്വോ?”

തികച്ചും വശമാകാത്ത മലയാളത്തിൽ അയാൾ പറഞ്ഞു:

“ഓ...കാരക്കാക്കുന്നും ഉറമംപഴക്കടലും ഞങ്ങളുടെ നാട്ടിലുണ്ട്...”

“നിങ്ങള് ഒട്ടകപ്പൊറത്താണോ സഞ്ചരിക്ക്യാ?”

“അല്ല...ഒട്ടകത്തിന്റെ വാലിൽത്തൂങ്ങി...”

അയാളതുംപറഞ്ഞ് ചിരിച്ചപ്പോൾ മുന്നിലെ നാല് സ്വർണ്ണപ്പല്ലുകൾ കണ്ട് പെൺകുട്ടി ആവേശത്തോടെ അവയിലൊന്ന് തൊട്ടു.

“ഹായ് സ്വർണ്ണപ്പല്ല്...”

അയാൾ വീണ്ടും ചിരിച്ചു. പെൺകുട്ടി പറഞ്ഞു:

“എന്റെ ബാപ്പേം ഇങ്ങന്യാ ചിരിക്ക്യാ...കുലുങ്ങിക്കുലുങ്ങി”

അയാളുടെ മുഖം വാടിയെങ്കിലും പെൺകുട്ടിയെ കാട്ടിയില്ല.

ഏറെനേരം ഇരുന്നപ്പോൾ അയാളുടെ നടുകഴച്ചു. ക്ഷീണത്തോടെ അയാൾ കിടക്കയിൽ ചെരിഞ്ഞുകിടന്ന് പെൺകുട്ടിയുടെ വിടർന്നുവരുന്ന സൗന്ദര്യശോഭ ആസ്വദിച്ചു. പിന്നെ ആ കുരുന്നുകൈകൾ നെഞ്ചത്തു വെച്ചു. പെൺകുട്ടി അയാളുടെ നെഞ്ചത്തെ നിബിഡമായ

നരച്ച രോമച്ചുരുളിൽ അത്ഭുതംകൂറി:

"എന്തോരം രോമാ...ബാപ്പാക്കും നെഞ്ചുനിറയെ ഇങ്ങനെ വെളു ത്ത രോമാ..."

പെൺകുട്ടി പൊട്ടിച്ചിരിച്ചു. പിന്നെ ആ രോമച്ചുരുളുകൾക്കിടയി ൽ വിരൽകടത്തി അയാളെ വേദനിപ്പിക്കാൻ തുനിഞ്ഞു. അയാൾക്കാ കട്ടെ ചുണയറ്റുകിടന്ന കാമതന്ത്രികളിൽ പുതിയ ഉണർവുണ്ടായി. അയാൾ പെട്ടെന്ന് പെൺകുട്ടിയുടെ കുതന്നുടൽ ഞെരിപ്പിടിച്ച് ആ മുഖത്ത് അമർത്തിച്ചുംബിച്ചു. നരച്ച താടിയുടെ കുത്തേറ്റ് പെൺകുട്ടി കുലുങ്ങിച്ചിരിച്ചു:

"ഇക്കിളിയാവ്ന്ന്...ബാപ്പാന്റേം താടി ഇങ്ങനാ...എന്നെ ഉമ്മവെ ക്കുമ്പം രോമംകുത്തി ഇക്കിള്യാവും..."

അയാളുടെ ക്ഷമയറ്റു.

ക്രോധത്തോടെ ചാടിയെഴുന്നേറ്റ് പെൺകുട്ടിയെ തുറിച്ചു നോക്കി:

"നിർത്തുന്നുണ്ടോ ഒരു ബാപ്പാവിശേഷം?...ഞാൻ നിന്റെ ബാപ്പയ ല്ല...നിന്റെ പുയ്യാപ്ള്യാ പുയ്യാപ്ള...ഉറുപ്യ ഒരുലക്ഷാ എണ്ണിക്കൊടു ത്തത്...അറിയ്യോ എണക്ക്?"

ബാപ്പ ഒരിക്കലും ഇതുപോലെ ദ്വേഷ്യപ്പെട്ടിട്ടില്ലല്ലോ എന്നോർ ത്തപ്പോൾ പെൺകുട്ടിക്ക് ആദ്യമായി കരച്ചിൽവന്നു.

●

പരുന്ത്

പരുന്തൊറ്റാതെ കോഴിക്കുഞ്ഞുങ്ങളെ ചിറകിൽ പൂട്ടുന്ന തള്ള ക്കോഴിയേക്കാൾ വെപ്രാളം ആ അമ്മയ്ക്കുണ്ടായിരുന്നതിനാൽ, പരുന്തുകളുടെ നിഴൽപോലും കാണിക്കാതെയാണ് അമ്മ മകളെ വളർത്തിയത്. പത്തും പലതുമില്ലാതെ ഒരേയൊരു മകൾ! കരിഞ്ഞ മാനത്ത് കൂർത്ത കൊക്കുമായി ചാരരൂപി പ്രത്യക്ഷമാവുമ്പോഴേക്കും, കൊക്കിക്കൊക്കി മക്കളെ തന്റെ ചിറകിൻകൂടയ്ക്കുള്ളിലേക്കാവാഹി ക്കാനോടുന്ന തള്ളക്കോഴിയെപ്പോലെ ആ അമ്മയും അമ്മയായതു മുതൽ ഓട്ടം തുടങ്ങി. അതുകൊണ്ടുതന്നെ മകളുടെ മനുഷ്യസഹജമായ ബാല്യകുതൂഹലങ്ങളെപ്പോലും അവർക്ക് തടുക്കേണ്ടിവരികയും, ആ യജ്ഞം പരുന്തുകൾക്കുമുന്നിൽ എന്നും ആ അമ്മയെ പരിഹാസ്യ യാക്കുകയും ചെയ്തുകൊണ്ടിരുന്നു. അങ്ങനെ, മകൾ ഷമ്മീസിട്ട് കൊത്തങ്കല്ലാടി നടക്കേണ്ട കാലത്തുതന്നെ അയൽപക്കങ്ങളിലെ മാമൻമാരിൽനിന്ന്, പുഷ്പിണിയായശേഷം പുഴക്കടവുകളിൽനിന്ന്, കളിത്തോഴൻമാരിൽനിന്ന്, ബസ്സ്റ്റോപ്പുകളിൽനിന്ന്, കലാലയ ത്തിന്റെ വിജനപരിസരങ്ങളിൽനിന്ന്, ബസ്‌യാത്രകളിൽനിന്ന്, സിനിമാകൊട്ടകകളിൽനിന്ന്, സന്ധ്യാസത്ക്കാരങ്ങളിൽനിന്ന്, തൊഴിൽശാലകളിൽനിന്ന് പരുന്തുകളെ കാണിക്കാതെ മറച്ച്, മാറത്തണച്ച്, അണച്ചും കിതച്ചും ഓടുമ്പോഴൊക്കെ അമ്മ പ്രാർത്ഥി ച്ചുകൊണ്ടിരുന്നത് ഒന്നുമാത്രം:

“എങ്ങനെയെങ്കിലും ആണൊരുത്തന്റെ കയ്യിലേൽപിച്ചുകൊടു ത്താ... ദൈവമേ എനിക്കീ നെഞ്ചിലെ തീയൊന്നു കെടുത്താമായി രുന്നു... സമാധാനമായി മരിക്ക്യായിരുന്നു...”

ഒടുവിൽ ആണൊരുത്തന്റെ കയ്യിലേൽപിച്ച് അമ്മ സമാധാന മായി മരിച്ചപ്പോൾ, പരുന്തുകളിൽനിന്ന് മറച്ചുമറച്ച് ഹൃദയപൂർവ്വം തന്നെ നേദിക്കാൻ നെട്ടോട്ടമോടിയ അമ്മയുടെ വൃഥായജ്ഞമോർ ത്ത് ഒരുൻമാദിയെപ്പോലെ മകൾ പൊട്ടിച്ചിരിച്ചു.

കാരണം,
ചാരനിറമാർന്ന ചിറകുകൾനിവർത്തി,
കരിംകൊക്കുമായി,
അവൾക്കുമുന്നിലിതാ,
എന്നെന്നേക്കുമായി,
ഒരാലിലത്താലിയുമായി...!

●

നര

ഭാര്യയോടൊപ്പം ഓഫീസിലേക്കിറങ്ങാനൊരുങ്ങുമ്പോഴാണ് അമ്മ അരികിൽ വന്നത്.

"മോനെ വൈന്നേരം വരുമ്പം ആ അയ്യപ്പൻവൈദ്യരെ പീട്യേന്ന് കൊറച്ച് കയ്യോന്നീം നെല്ലിക്കേം നല്ലെണ്ണേം വാങ്ങണേ..."

"എന്തിനാമ്മേ ഇപ്പം ഇതൊക്കെ?"

"നരച്ചമുടി കറുക്കാനും നരവരാതിരിക്ക്യാനും പറ്റിയ ഒരെണ്ണ കാച്ചാനാ മോനേ..."

അയാൾ അമ്മയുടെ ശിരസ്സിലേക്ക് നോക്കി.

മുക്കാൽഭാഗവും നര മൂടിക്കഴിഞ്ഞു. വയസ്സും അറുപതായി.

എന്നിട്ടും...?

സ്ക്കൂട്ടർയാത്രയിൽ പിറകിലിരുന്ന ഭാര്യയും പരിഹസിച്ചു:

"ങളെ അമ്മയ്ക്ക് ഇപ്പളും മധുരപ്പതിനേഴാന്നാ വിചാരം... വിധവ്യായിട്ടും ഇനിയാരെ കാണിക്കാനാ മുടിയൊക്കെ കറുപ്പിക്കുന്നത്... ആളുകളെന്ത് വിചാരിക്കും?"

അയാളും അനുകൂലിച്ചു:

"ശര്യാ... പക്ഷേ ശരീരം ചുളിഞ്ഞാലും മനുഷ്യന്റെ മനസ്സ് നരയ്ക്കുലല്ലോ... ഇതിപ്പം ഞാനെന്ത് പറയും...വയസ്സുകാലത്തെ മോഹ ല്ലെ... എതിർത്തൊന്നും പറയണ്ട..."

വൈകീട്ടയാൾ എണ്ണയും മരുന്നും വാങ്ങാൻ മറന്നില്ല.

രാത്രി ഏറെ വൈകിയിട്ടും അമ്മ ഉറക്കമിളച്ച് ഓട്ടുരുളിയിൽ എണ്ണ കാച്ചിക്കൊണ്ടിരുന്ന ഒച്ച കേട്ടുകൊണ്ടാണയാൾ ഉറങ്ങിയത്.

കാലത്ത് വീടാകെയുള്ള കാച്ചെണ്ണയുടെ ഗന്ധത്തിലേക്കാണയാൾ ഉണർന്നത്.

ബാത്ത്റൂമിലേക്ക് നടക്കവേ അമ്മ മുന്നിൽ.

ചുളിഞ്ഞ കൈയിലെ ഓട്ടുപാത്രത്തിൽ കാച്ചിയ കറുത്ത എണ്ണ!.

അയാൾ മുഖം ചുളിച്ചു.

"നീ നിന്റെ ദേഹമൊന്നും ശ്രദ്ധിക്കുന്നേയില്ല...ഇത് നല്ലോണം

തലേ തേച്ച് പിടിപ്പിക്ക്..."

അമ്മ ശുഷ്കിച്ച കൈക്കുമ്പിളിൽ എണ്ണയെടുത്ത് പാത്രത്തിൽ നിന്ന് അയാളുടെ ശിരസ്സിലേക്ക് പകർന്നു.

കുളിമുറിയിലേക്ക് കടന്ന് ചുമരിലെ ആൾക്കണ്ണാടിയിൽ മുഖം നോക്കവേ അയാൾ ഞെട്ടലോടെ കണ്ടു:

തലയുടെ മുൻഭാഗത്ത് അങ്ങിങ്ങ് നാമ്പെടുത്ത നരകൾ!

ഇപ്പോൾ,

ശിരസ്സിൽ വെള്ളമൊഴിക്കവേ കവിളിലേക്കിറങ്ങുന്ന നീർച്ചാലുകൾക്കൊപ്പം മകന്റെ കണ്ണുനീരും ഒലിച്ചിറങ്ങുന്നുണ്ട്.

•

പാഠം

പുഷ്പാ തിയേറ്ററിനു പിന്നിൽ ബീഡിക്കുറ്റികളും പ്ലാസ്റ്റിക് കവറുകളും ചിതറിക്കിടക്കുന്ന, ഓട മണക്കുന്ന, കൊതുകു കുത്തുന്ന കടത്തിണ്ണയേക്കാൾ എത്ര മനോഹരവും സുരക്ഷിതവുമാണീ വീട്!

കട്ടിലിലെ പഞ്ഞിമെത്തയിൽ കിടക്കാതെ അവൻ അമ്മ നിലത്ത് വിരിച്ചുതന്ന ടർക്കിയിൽ മലർന്നുകിടന്നു.

മുകളിലെ അയയിൽ ഒരു സാരിയും കുറേ കുഞ്ഞുടുപ്പുകളും..!

അവ നേർത്ത കാറ്റിൽ സർക്കസിലെ ട്രപ്പീസ് കളിക്കാരെപ്പോലെ അവനുനേരെ കൈ നീട്ടിയാടുകയാണ്. കർട്ടൻ മുഴുവൻ മൂടാൻ മറന്നതുകാരണം ജനൽക്കണ്ണിലൂടെ അരിച്ചെത്തുകയാണ് നേർത്ത നിലാവ്. നിലാവെട്ടം കണ്ടപ്പോൾ ഉള്ളം തുടിച്ചു. വേഗമവൻ നെഞ്ചോട് ചേർത്തുവെച്ചിരുന്ന മലയാളം പാഠാവലിയെടുത്ത് വായിക്കാൻ നോക്കി.

ഞെട്ടിപ്പോയി!

തറയും പനയുമുള്ള ഒന്നാം പേജ് കാണാനില്ല!

നെഞ്ച് പിടഞ്ഞു. എവിടെ വെച്ചാണ് എപ്പോഴാണ് ഏത് അന്തകനാണ് ഈ പേജ് കീറിക്കളഞ്ഞത്?

കഴിഞ്ഞാഴ്ച 'മോനേ ഓടിക്കോ'യെന്ന മുന്നറിയിപ്പുകിട്ടിയതും പാഠപുസ്തകവും തുണിക്കെട്ടുമെല്ലാം വാരിയെടുത്ത് ഇരുട്ടിലൂടെ അമ്മയ്ക്കൊപ്പമോടവേ, ഏതോ ഒരു വിളക്കുകാലിൽ തലയടിച്ച് വീണപ്പോഴാണോ? അതോ നടുറോഡിലെ രണ്ട് കുഴികളിൽ കാൽതെറ്റി വീണപ്പോഴാണോ പേജുകൾ നഷ്ടമായത്?

ആകെ കരച്ചിൽ വരുന്നു. പതിയെ എഴുന്നേറ്റു. പുസ്തകവുമായി നേരെ അടുത്ത മുറിയുടെ മുന്നിലെത്തി. അടഞ്ഞു കിടന്ന വാതിലിന്മേൽ പതിയെ തട്ടി.

പാതിതുറന്ന വാതിലിനപ്പുറം അമ്മയുടെ ശോഷിച്ച, ദയനീയ മുഖം!

"എന്താ മോനെ?"

"അമ്മേ ഇന്റെ പുസ്തകത്തിലെ തറേം പനേംള്ള ആദ്യത്തെ പേജ് കാണാനില്ലാലോ... അമ്മ കണ്ടോ?"

പിറകിലെ കട്ടിലിൽ കറുത്ത നിഴൽ അമർഷം കൊണ്ടു:

"ആ ചെക്കന് വല്ല ഒറക്കളളിക്കേം കൊട്ത്ത് കെടത്ത്ന്നണ്ടോ? നട്ടപ്പാതിരക്ക്യാ ഓന്റെയൊരു തറേംപനേം"

വൈകീട്ട് പാരഗൺഹോട്ടലിലെ എ.സി. മുറിയിലിരുത്തി ബിരിയാണി വാങ്ങിത്തരുമ്പോൾ എത്ര വാത്സല്യത്തോടെയാണ് തന്റെ മുടിയിഴകളിലൂടെ ഇയാൾ വിരലുകളോടിച്ചത്!

ദുഷ്ടൻ!

ബെഡ്റൂംലാമ്പിന്റെ വെളിച്ചത്തിൽ മിന്നിത്തിളങ്ങുന്ന രണ്ടു കണ്ണീർച്ചാലുകൾ ഇപ്പോൾ അമ്മയുടെ എല്ലുകളുന്തിയ കവിളിലുണ്ട്.

ഹോ, ഏതു രാത്രിയിലും അമ്മയുടെയീ നശിച്ചൊരു കരച്ചിൽ....!

അതും ഒച്ചയില്ലാതെ....!

വേണ്ട ഒന്നും പറയേണ്ട. പാവം!

പേജുകൾ പോയ പുസ്തകവുമായി അടുത്ത മുറിയിലേക്കുതന്നെ തിരിഞ്ഞു നടക്കുന്നതിനു മുൻപ് പതുക്കെ മന്ത്രിച്ചു:

"അമ്മ കരയേണ്ട... വേഗം വാതിലടച്ചോ..."

●

വാലിഡിറ്റി

ഐ.സി.യു.വിന് പുറത്ത് വെയിറ്റിങ് സീറ്റിലിരുന്ന ഭാര്യമാർ പരസ്പരം ചുണ്ടുകൾകോർത്ത് അടക്കം പറഞ്ഞുകൊണ്ടിരുന്നത് അച്ഛനെ പുറത്തേക്ക് കൊണ്ടുവരുന്നതുതൊട്ട് തങ്ങൾ അനുവർത്തിക്കേണ്ട ആരോഗ്യപരിപാലനപരിപാടികളെക്കുറിച്ചാവുമെന്ന് നിനച്ച് ബെഞ്ചിന്റെ രണ്ടറ്റത്തുമായി ഇരുന്ന ഭർത്താക്കൻമാർ അവർക്കരികിലേക്ക് ചന്തി നിരങ്ങിച്ചെന്ന് ചെവികൂർപ്പിച്ചപ്പോൾ മനസ്സിലായി, അതല്ലകാര്യം, മൂത്രക്കുഴലിലും കൈത്തണ്ടയിലും ഘടിപ്പിച്ച ട്യൂബുകളും അനുബന്ധപാത്രങ്ങളുമായി മലർന്നപടി കിടക്കുന്ന അച്ഛനെ ആരുടെ വീട്ടിലേക്കെടുക്കണമെന്ന തർക്കമാണ് അതെന്ന്. അക്കംപക്കമൊന്നു കണ്ണോടിച്ച് ഏടത്തി അനിയത്തിയുടെ കാതിലേക്ക് നാവിട്ടു:

"അച്ഛൻ നെന്നെയാ ഏറെ സ്നേഹിച്ചത്... റോഡുവക്കിലെ കണ്ണായ പത്തുസെന്റും വീടും നെണക്കല്ലേ തന്നത്?"

"വല്യ കാര്യായിപ്പോയി... ആ വീട് പൊളിച്ചപ്പം മുഴുവൻ ചെതല് തിന്ന കഴുക്കോലും പട്ടികേം... ഏടത്തിക്ക് കിട്ട്യ അറുപത് സെന്റ് ഉള്ളിലേക്കായാലും ഇപ്പം നല്ല വെല്യായിലേ?"

"അയിനെന്താ നെന്റെ കല്യാണത്തിന് അച്ഛൻ തന്നത് അറുപത് പവനല്ലേ?...എനിക്കന്ന് കിട്ട്യേത് വെറും പയിനഞ്ച്"

ആരെയുമുപദ്രവിക്കാതെ ജീവിച്ച ഭാര്യാപിതാവിനെ ഏറെ ഇഷ്ടമായിരുന്നെങ്കിലും ഭാര്യമാരുടെ ദുർമുഖമോർത്ത് നിസ്സഹായതയോടെ ഭർത്താക്കൻമാരിരുവരും പരസ്പരം നോക്കി നെടുവീർപ്പിട്ടു. പക്ഷേ ഐ.സി.യുവിന് പുറത്തേക്കുവരുമ്പോൾ ആരെങ്കിലുമൊന്ന് സ്വീകരിച്ചല്ലേ പറ്റൂ!

പിന്നെ ഇരുജാമാതാക്കളും തങ്ങളുടെ ഭാര്യാപിതാവ് മുൻപ് കിടന്നിരുന്ന പേവാർഡിലൊന്നു പോയി അദ്ദേഹത്തിന്റെ കീറബാഗിൽ നിന്ന് പുറത്തെടുത്ത ഒരു കട്ടിക്കടലാസുമായി മടങ്ങിയെത്തുമ്പോഴും

സ്നേഹത്തിന്റെ തുലാസിൽ ബലാബലം പിടിച്ചിരിപ്പുതന്നെയായിരുന്നു ഭാര്യമാർ. കടലാസിലേക്കവർ കണ്ണുകൾ നീട്ടി.

"എന്താദ്?"

"അച്ഛൻ നിങ്ങളോട് പറഞ്ഞിട്ടുണ്ടാവില്ല...അല്ലേ?...എൽഐസീന്റെ പോളിസിയാ...പതിനഞ്ച് ലക്ഷത്തിന്റെ"

ഐ.സി.യുവിലെപ്പോലൊരു കനത്ത മൂകത ഭാര്യമാരിലേക്ക് പരന്നതും ബെഞ്ച് പെട്ടെന്ന് ശൂന്യമായതും ഭർത്താക്കൻമാരെ അമ്പരപ്പിച്ചതേയില്ല. അവരിരുവരും ഐ.സി.യുവിന്റെ ഡോറിലെ വട്ടച്ചില്ലിലൂടെ അകത്തേക്ക് കണ്ണുകൾ പായിച്ചു.

പിതാവിന്റെ ബെഡ്ഡിൽ ഇരുപുറവുമായി അവർ അദ്ദേഹത്തെ ഗാഢം പുണർന്നുകിടപ്പുണ്ട്. ഇടക്കിടെ മുഖമുയർത്തി അച്ഛന്റെ കവിളിൽ ഉമ്മ വെക്കുന്നുമുണ്ട്.

ഭർത്താക്കൻമാർ ഇരുവരും കട്ടിക്കടലാസിലേക്കൊന്നുനോക്കി തങ്ങളുടെ നിറഞ്ഞ കണ്ണുകളൊപ്പി.

തവണകളടയ്ക്കാതെ വാലിഡിറ്റി നഷ്ടപ്പെട്ട പോളിസിയാണെങ്കിലും ഭാര്യാപിതാവിന് മക്കളിരുവരുടെയും സ്നേഹപരിലാളനകളേറ്റ് കണ്ണടയ്ക്കാമല്ലോ എന്നവർ ഉള്ളാലെ ആശ്വസിക്കുകതന്നെ ചെയ്തു.

●

മൃഗയാ

സായാഹ്നം മാഞ്ഞു. സന്ധ്യയായി. യാത്രികർ വഴിപിരിഞ്ഞു. പെൺകുട്ടിയും സ്റ്റോപ്പിന്റെ അരമതിലിൽ അലസനായിരിക്കുന്ന വൃദ്ധനും ബാക്കിയായി. മുതുകിലെ സ്കൂൾബാഗ് താഴത്തുവെക്കാതെ പെൺകുട്ടി അക്ഷമയോടെ പലവട്ടം ശൂന്യമായ റോഡിലേക്കും തിരികെ സ്റ്റോപ്പിലേക്കും കയറിയിറങ്ങിക്കൊണ്ടേയിരുന്നു.

വൃദ്ധൻ സഹതപിച്ചു:

"ഇന്നിനി കുറുമ്പൊയിലിലേക്കുള്ള ബസ്സുണ്ടാവൂല മോളെ...ഓട്ടോറിക്ഷയെങ്കിലും കിട്ടോന്ന് നോക്ക്..."

വിളിക്കുംമുൻപേ ഓട്ടോ ഇരച്ചെത്തി. സഡൻ ബ്രേക്കിട്ടു. ഡ്രൈവർ പയ്യൻ തല നീട്ടി.

"കയറ്ന്നില്ലേ?"

അവന്റെ ചുണ്ടിൽ കള്ളച്ചിരിയുണ്ടോ?

വിറയലോടെ പെൺകുട്ടി തലയിളക്കി.

"ഇല്ല്യ..."

ഓട്ടോ പോയി.

"എന്തേ കയറീല മോളെ?"

പെൺകുട്ടി നിശബ്ദയായി.

സന്ധ്യയും മായുന്നു. ഇരുളിന്റെ കരിന്തേളുകൾ സ്റ്റോപ്പും പരിസരവും വലംവെക്കുന്നു.

ഇനിയീ വൃദ്ധനുംകൂടി പോയാൽ?

ചീറിയെത്തിയ അടുത്ത ഓട്ടോയിലെ പയ്യന്റെ മുഖത്തും ശൃംഗാരച്ചിരി പരക്കുന്നുണ്ടോ?

"കയറ്ന്നില്ലേ?"

പെൺകുട്ടി അതും നിഷേധിച്ചു.

വൃദ്ധൻ അരികിലേക്ക് വന്നു.

"കലികാലാ മോളെ... ബസ് മുടങ്ങുന്ന ദെവസം ആരോടെങ്കിലും സ്കൂളില് വന്ന് കൂട്ടാൻ പറയണം... മോള് പേടിക്കണ്ട...അടുത്ത

ഓട്ടോയില് കേറിക്കോ... വീട്ടുവരെ ഞാനും വരാം"

പെൺകുട്ടിയുടെ മനസ് തണുത്തു.

അടുത്തെത്തിയ ഓട്ടോയിൽനിന്ന് ബലിഷ്ഠകായനായ പയ്യൻ തല നീട്ടി. പെൺകുട്ടി പ്രത്യാശയോടെ വൃദ്ധനെ നോക്കി.

"മോള് കേറിക്കോ..."

ആദ്യം പെൺകുട്ടി കയറി. അവൾക്കുള്ള സുരക്ഷയുടെ മതിലുപോലെ വൃദ്ധനും.

ഓട്ടോ കുതിക്കവേ പെട്ടെന്ന് ശങ്കയുടെ പാമ്പുകൾ ഫണം വിടർത്തി.

-ദൈവമേ, എന്തു ധൈര്യത്തിലാണ് വാർദ്ധക്യത്താൽ മെലിഞ്ഞുണങ്ങി ദുർബലനായ ഈ വൃദ്ധന്റെ ബലത്തിൽ ഓട്ടോയിൽ കയറിയത്? ഏഴുകണ്ടി വളവ്കഴിഞ്ഞാൽ രണ്ടുഫർലോങ്ങോളം ഇരുവശത്തും കുറ്റിക്കാടുകളാണ്. അതിനകത്തേക്കുള്ള നേർത്തവഴി കടന്നാൽ പരന്നു കിടക്കുന്ന പുൽത്തകിടിയാണ്. ആരും കാണില്ല. കരച്ചിലാരും കേൾക്കില്ല!

മുന്നിലെ കണ്ണാടിയിൽ ഡ്രൈവർ പയ്യന്റെ പരുക്കൻമുഖമതാ കാണുന്നുണ്ട്. ഏതു നിമിഷവും ബലിഷ്ഠകായനായ ഈ ഡ്രൈവർ പയ്യന് കുറ്റിക്കാടിനുള്ളിലേക്ക് ഓട്ടോ വെട്ടിച്ചുകതിക്കാവുന്നതേയുള്ളൂ. കുറ്റിക്കാടിനുനടുവിൽ സഡൻബ്രേക്കിട്ട് ഒരു ചാട്ടത്തിന് പിന്നിലേക്കെത്തി ഈ വൃദ്ധനെ തലയ്ക്കടിച്ച് പുറത്തേക്കിടാവുന്നതേയുള്ളൂ.

അവൾ ദൂരെ ആ കുറ്റിക്കാട് കണ്ടു.

ദൈവമേ...!

അവൾ വിറയലോടെ കണ്ണുകൾ ഇറുക്കിയടച്ചു. ഇരുകൈകളാലും മുഖം പൊത്തി.

പെട്ടെന്ന് അതുതന്നെ സംഭവിച്ചു. ഓട്ടോ ഒരു വേട്ടനായായി വളവിലേക്ക് വെട്ടിച്ച് കുറ്റിക്കാടിനുള്ളിലേക്ക് ചീറിപ്പായുന്നതവളറിഞ്ഞു. ബലിഷ്ഠമായ കൈകൾ അവളെ തൂക്കിയെടുത്തു പുൽത്തകിടിയിലേക്കിടുന്നു. പിടഞ്ഞുമാറാൻ പറ്റാത്തവിധം ബലിഷ്ഠദേഹം തന്നിലേക്കു പതിക്കുന്നു. മുഖം പൊത്തിപ്പിടിച്ച അവളുടെ കുഞ്ഞു കൈകളെ അവൻ വകഞ്ഞുമാറ്റുന്നു.

മൽപ്പിടുത്തത്തിനിടയിൽ ഒരു കണ്ണുമാത്രം പകുതിതുറക്കവേ അവൾ ഞെട്ടിപ്പോയി.

പ്രതിരോധത്തിന്റെയും, വിശ്വാസ്യതയുടെയും മതിലുകളെല്ലാം തകർന്നടിഞ്ഞു.

തന്നിലേക്കമരുന്ന വൃദ്ധൻ.!

തെല്ലകലെ, അടിയേറ്റ തല പൊത്തിപ്പിടിച്ചുപിടയുന്ന ഡ്രൈവർ പയ്യൻ!

തെറിച്ചുവീണ ടിഫിൻബോക്സിലെ ബാക്കിയായ വറ്റുകളിലേക്ക് അരിച്ചുകയറുകയാണ് ചോണനുറുമ്പുകൾ...!

ദക്ഷിണ

ഭാര്യ മരിക്കുമ്പോൾ അവന് നാല് വയസ്.

എന്നിട്ടും പുനർവിവാഹം വേണ്ടെന്നുവെച്ചു.

പുലർച്ചെ നാലുമണിക്കാണ് ഞങ്ങളുടെ പ്രഭാതകൃത്യങ്ങൾ തുടങ്ങുക.

പ്ളേ സ്കൂളിലേക്കാവശ്യമായ ലഗ്ഗേജുകൾ ഞാൻതന്നെയാണ് ചുമക്കുക. അക്കാര്യത്തിൽ ഒരു കഴുതയുടെ ഉത്തരവാദിത്വം ഞാൻ ഭംഗിയായി നിറവേറ്റിയിട്ടുണ്ട്. പിന്നീടങ്ങോട്ട് ഇംഗ്ളീഷ് മീഡിയം സ്കൂളുകളുടെ പരമ്പരയായിരുന്നു. കിതച്ചും അണച്ചും എല്ലാ സ്കൂളുകളുടെയും പടിക്കലേക്ക് ഭീമൻ ലഗ്ഗേജുകളുമായോടി. പരീക്ഷാനാളുകളിൽ പുലരുവോളം അവന് കാവലിരുന്നു. ഭക്ഷണം സമയാസമയം ടേബിളിലെത്തിച്ചു. എല്ലാ പരീക്ഷയിലും അവന് തൊണ്ണൂറിലേറെ ശതമാനം വിജയമായിരുന്നു. എൻട്രൻസ് കഴിഞ്ഞപ്പോൾ കമ്പ്യൂട്ടർ സയൻസിൽതന്നെ അഡ്മിഷൻ. ഫൈനൽ സെമസ്റ്ററാവുമ്പോഴേക്കും അവനെ കൊത്തിപ്പറക്കാൻ പ്രശസ്തമായ ഐ.ടി.കമ്പനിതന്നെ വന്നു.

അവൻ അന്യനഗരത്തിലേക്ക് പറന്നു.

എന്റെ മകൻ പുലിയല്ലേ പുലി!

ഇനി പുലിയുടെ ഊഴമാണ്.

ഞങ്ങളുടെ ഹൃദയങ്ങൾക്കിടയിലെ പാലം മൊബൈലിലെ വാട്സ് ആപ്പായിരുന്നു. പോയതുതൊട്ട് മെസ്സേജുകളുടെ പ്രളയമായിരുന്നു.

ആദ്യമായി വന്നതുതന്നെ ശുഭവാർത്ത:

"അച്ഛാ ഞാൻ അടുത്ത സീറ്റിലിരിക്കുന്ന പെൺകുട്ടിയെ രജിസ്റ്റർ വിവാഹം ചെയ്തു. പാർട്ടി അടുത്ത ഞായറാഴ്ചയാണ്. ഇവിടെയിപ്പോൾ മഞ്ഞുകാലമാണ് അച്ഛന് വരാൻ കഴിയില്ല."

അടുത്ത മെസേജും മനസ്സിൽ കുളിർകോരിയിട്ടു:

"അച്ഛാ ഞങ്ങൾക്കൊരാൺകുട്ടി പിറന്നു...ചോറൂണ് അടുത്ത ഞായറാഴ്ചയാണ്... അച്ഛന് വരാൻ പറ്റുമെന്ന് തോന്നുന്നില്ല. കഠിനമായ ഉഷ്ണമാണ്."

പിന്നേയും വന്നു മെസ്സേജ്.

"അച്ഛാ ഞങ്ങളൊരു ഫ്ളാറ്റ് സ്വന്തമാക്കി. അടുത്ത ഞായറാഴ്ചയാണ് പാലുകാച്ചൽ... പൊടിക്കാറ്റിന്റെ കാലമാണ്. ആസ്ത്മയുള്ള അച്ഛനെങ്ങിനെ വരും?"

ഒടുവിൽവന്ന മെസേജിലും മകന്റെ സ്നേഹം നിറഞ്ഞുകവിഞ്ഞിരുന്നു:

"അച്ഛൻ ആ പഴഞ്ചൻവീട്ടിൽ ഒറ്റയ്ക്കിരുന്ന് ബോറടിക്കരുത്... നമുക്കത് വിൽക്കാം... നാട്ടിൽ എ ക്ലാസ് വൃദ്ധസദനത്തിൽ ബുക്ക് ചെയ്തിട്ടുണ്ട്...അച്ഛൻ അങ്ങോട്ടുമാറണം..."

ഒടുവിൽ വന്ന ആ മെസ്സേജിൽ എന്റെ മോൻ പൂരിപ്പിക്കാതെ വിട്ട വാചകങ്ങൾ എനിക്കൂഹിക്കാവുന്നതേയുള്ളു:

"നാട്ടിലെ ഇലക്ട്രിക് ശ്മശാനത്തിൽ അച്ഛന്റെ പേര് ഇപ്പോഴേ രജിസ്റ്റർ ചെയ്തിട്ടുണ്ട്...അച്ഛൻ ഒരുകാലത്തും ഒന്നുകൊണ്ടും ബുദ്ധിമുട്ടരുത്..."

•

മൗനരാഗങ്ങൾ

ഞാനവളെ മൂകമായി സ്നേഹിച്ചു. അവൾക്കായി കാത്തിരുന്നു. മനസ്സിന്റെ പടിവാതിൽ തുറന്നിട്ടു. സ്വപ്നങ്ങളുടെ തോരണങ്ങളാൽ മണിയറ അലങ്കരിച്ചു. പടിവാതിലിൽ അവളുടെ പാദചലനങ്ങൾ ചെവിയോർത്തുകൊണ്ട് ഞാൻ കവിതകൾ പാടി. അവളുടെ സങ്കൽപചിത്രങ്ങൾ വരച്ചു.

മുറ്റത്തെ മാങ്കൊമ്പിലിരുന്ന് ഒരു പൂങ്കുയിൽ പാടുന്നു. ആ ശബ്ദത്തിൽ അവളുടെ സ്വരമാധുരി ഞാനറിഞ്ഞു. സാന്ത്വനമേകി അകലുന്ന തെന്നലിൽ അവളുടെ വാർമുടിക്കെട്ടിന്റെ ഗന്ധം ഞാൻ സ്വദിച്ചു.

തെന്നലും പൂങ്കുയിലും എന്നെ ആശ്വസിപ്പിച്ചു:

വരും വരാതിരിക്കില്ല!

ഞാൻ കാത്തിരുന്നു.

എത്രകാലം...!

കാത്തിരുന്ന എന്റെ കണ്ണുകൾ കഴച്ചു. പാടിത്തളർന്ന ശ്വാസകോശങ്ങൾ രോഗബാധിതമായി. വൃദ്ധനായ ഞാൻ കാത്തിരിപ്പവസാനിപ്പിച്ചു. വാടിയ മണിയറപ്പൂക്കൾ വാരി കാലത്തിന്റെ ചവറ്റുകൊട്ടയിലെറിഞ്ഞു. മനസ്സിന്റെ പടിവാതിൽചാരി ഞാനിറങ്ങവെ, പെട്ടെന്നതാ ഒരു സത്യമായി അവൾ മുന്നിൽ!

നരച്ച തലമുടി. പീളകെട്ടിയ കണ്ണുകൾ. വിറയ്ക്കുന്ന പാദങ്ങൾ...!

ഞാൻ പതുക്കെ ചോദിച്ചു:

“എന്തേ വന്നില്ല?”

അവളും ചോദിച്ചു:

“എന്തേ വന്നില്ല?”

എന്റെ സ്വരമിടറി:

“ഞാൻ കാത്തിരിക്കുകയായിരുന്നു...”

ഒരു വീണക്കമ്പി പൊട്ടുമ്പോലെ അവളുടെ ശബ്ദവും എന്നിലേക്ക് വന്നു:

“ഞാനും കാത്തിരിക്കുകയായിരുന്നു”

●

ഭാരതമാതാവ്

കസ്തൂർബാ കിന്റർഗാർട്ടൻ!

"നിർത്തു..."

അവൾ ഓട്ടോയിൽനിന്നിറങ്ങി. കളിപ്പാട്ടങ്ങളും ഫീസടങ്ങിയ കവറും കൈയിലേന്തി ഹോസ്റ്റലിന്റെ ഓഫീസ് മുറിയിലേക്ക് നടന്നു.

"ഷേർളിയെ കണ്ടിട്ട് ദിവസങ്ങളായല്ലോ?"

മേട്രന്റെ കളങ്കമില്ലാത്ത സൗഹൃദം!

"യാത്രയിലായിരുന്നു ചേച്ചീ..."

"ഇരിക്കു...നീതുവിനെ വിളിക്കാം..."

നിമിഷങ്ങൾക്കം മകളുടെ വെളുത്ത മുഖം മേട്രന്റെ പിറകിൽ.

മനം വിങ്ങി.

എന്റെ മോൾ...!

"മമ്മീ..."

അവളെ വാരിയെടുത്ത് ചുംബിച്ചു.

"മമ്മി എത്ര ദിവസങ്ങളായി വരാതെ?..."

"മമ്മി യാത്രയിലല്ലേ മോളെ...നീണ്ട യാത്രയിൽ..."

കവിളിലേക്കടരുന്ന നീർമണികൾ മകൾ കാണാതെ തുടച്ചു.

"മമ്മീ...എനിക്ക് കലോത്സവത്തിന് ധാരാളം പ്രൈസ് കിട്ടി... എന്റെ ടാബ്ളോയ്ക്ക് ഫസ്റ്റ് കിട്ടി..."

മകളുടെ മുടിയിലൂടെ അവൾ വിരലോടിച്ചു.

എന്റെ മോളുടെ കഴിവുകൾ...അവയ്ക്കെങ്കിലും അർത്ഥമുണ്ടായെങ്കിൽ...!

അവൾ യാത്രപറഞ്ഞിറങ്ങവെ, മേട്രന്റെ വാക്കുകളിൽ അഭിമാനം:

"അതെ ഷേർളീ...നിന്റെ മകൾ മിടുക്കിയാണ്... ഇപ്രാവശ്യം സംസ്ഥാനതലത്തിൽ നടന്ന കോമ്പറ്റീഷനിൽ അവളുടെ ടാബ്ളോയ്ക്കാണ് ഫസ്റ്റ്..."

"ഏതായിരുന്നു ചേച്ചീ?"

"ഭാരതമാതാവ്"

അവളൊന്നു ഞെട്ടി. ഫീസടങ്ങിയ കവർ നിശബ്ദമായി മേട്രനെ ഏൽപിച്ചു. മകളോട് യാത്രപറഞ്ഞിറങ്ങി.

പിന്നെ, ഗേറ്റിനുപുറത്ത് നിസ്സംഗയായി നിൽക്കവേ, മകളുടെ ടാബ്ളോ മനസ്സിൽ ജ്വലിച്ചു.

അപ്പോൾ,

കരിഞ്ഞുപോയ ഒരോർമ്മയുടെ ചാരത്തിൽ അവൾ സ്വന്തം ബാല്യത്തിന്റെ അസ്ഥിഖണ്ഡങ്ങൾ കണ്ടു.

ഹൈസ്കൂൾ കാലഘട്ടം!

ഷേർളിയെന്ന പതിനഞ്ചുകാരിയുടെ നിഷ്ക്കളങ്കമായ മുഖം! യുവജനോത്സവത്തിൽ ഒന്നാംസ്ഥാനം നേടിയ തന്റെ ടാബ്ളോ...!

ചുരുൾമുടിവിടർത്തി, സ്വർണ്ണകിരീടവും ത്രിവർണ്ണപതാകയുമേന്തി പത്മദളങ്ങൾക്കുള്ളിൽ നിൽക്കുന്ന താൻ. കീഴെ ദേവനാഗരി ലിപി.

സത്യമേവ ജയതേ...!

ഭാരതമാതാവ്!

എത്ര സമ്മാനങ്ങൾ വാരിക്കൂട്ടി!

"എൻഗേജ്ഡാണോ?"

അവൾ ഞെട്ടിയുണർന്നു.

മുന്നിൽ, സ്വിഫ്റ്റിൽനിന്ന് തല നീട്ടുന്ന അപരിചിതനായ ചെറുപ്പക്കാരൻ.

അവൾ അല്ലെന്ന് ശിരസ്സിളക്കി.

അയാൾ ഡോർ തുറന്നപ്പോൾ കണ്ണീർ തുടച്ചുകൊണ്ടവൾ അകത്തേക്കുകയറി.

●

യോഗം

ഡിഗ്രിവാങ്ങി തൊഴിൽതേടിമടുത്ത രാജൻ വീട്ടിൽ ഇത്തിൾക്കണ്ണിയായി അടയിരുന്നപ്പോൾ അച്ഛൻ ശപിച്ചു:

"മക്കളെ പഠിപ്പിച്ച് വളർത്തിയിട്ടെന്തുകാര്യം...കാൽക്കാശിന് ഗുണമില്ല..."

സ്വൈര്യംകിട്ടാതെ ഏകഷർട്ടും പാന്റ്സുമിട്ട് പുറത്തിറങ്ങിയപ്പോൾ ജനം പരിഹസിച്ചു:

"കാൽക്കാശിന് ഗതിയില്ലെങ്കിലും കളസവുമിട്ട് ചമഞ്ഞൊരുങ്ങി നടക്കാൻ ഒരു നാണവുമില്ല..."

മനംനൊന്ത രാജൻ കുളിക്കാതെ, കുറിതൊടാതെ നടന്നു.

"എങ്ങനെ ഗുണംപിടിക്കും?...ദൈവവിശ്വാസം വേണ്ടേ"

കുളിച്ചു കുറിതൊട്ട് അമ്പലത്തിൽ പോയപ്പോൾ പെൺകുട്ടികൾ അടക്കം പറഞ്ഞു:

"തൊഴാനൊന്നുമല്ലെന്നേ...പഞ്ചാരക്കുഞ്ചുവാ...സൂക്ഷിച്ചോ"

ഗതികിട്ടാതെ രാജൻ ഒരിക്കൽ മാവിന്റെ തുഞ്ചത്ത് കെട്ടിത്തൂങ്ങി.

ജനം കഷ്ടംവെച്ചു:

"ഒന്നും പറഞ്ഞിട്ട് കാര്യമില്ല...ആ കുട്ടിക്ക് അത്രയേ വിധിച്ചുള്ളൂ..."

●

ബലി

ബി.എ.യും എമ്മെഡ്ഡും കടന്ന്, എംപ്ളോയ്മെന്റ്എക്സ്ചേഞ്ചിൽ, ഇന്റർവ്യൂകളിൽ ക്യൂവിൽ പിന്നാമനായി, പടതോറ്റ്, തലളുക്കിയിട്ട് തിരിച്ചെത്തുന്ന മകന്റെ വരണ്ട കണ്ണുകളിലേക്ക് നോക്കി അച്ഛനാശ്വസിപ്പിക്കുന്നു:

"തളരരുത് മോനേ"

മകനൊന്നും പറഞ്ഞില്ല. ഭാവിയുടെ വരണ്ട കിണറിന്റെ വക്കിലിരിക്കുന്ന വൃദ്ധനായിക്കൊണ്ടിരിക്കുന്ന അച്ഛൻ. അമ്മ. സഹോദരി. അനിയൻമാർ...!

അവരുടെ നൊമ്പരങ്ങളുടെ തീയിൽനിന്നും ചൂട്ടുകൊളുത്തിയാണ് മകൻ എന്നും അലയാനൊരുങ്ങുന്നത്.

ഒരു ജോലി...!

പെൻഷൻപറ്റാൻ ഒരു മാസം മാത്രമുള്ള അച്ഛൻ. പിന്നെ ഒരു ശുഷ്കിച്ച പെൻഷന്റെ തണലിൽ എത്രനാൾ മുന്നോട്ടുപോവും?

മകന്റെ കണ്ണുകൾ വരണ്ടുകൊണ്ടേയിരിക്കുന്നു. ജനിപ്പിച്ച പാപത്തിന്റെ ശിക്ഷയിൽ അച്ഛനും വെന്തുകൊണ്ടേയിരിക്കുന്നു.

അന്നും ചുരുട്ടിമുഷിഞ്ഞ ബിരുദക്കടലാസുകളുമായി മടങ്ങിവന്ന മകന്റെ ഉഷ്ണിക്കുന്ന ശിരസ്സിലൂടെ വിരലോടിച്ചുകൊണ്ട് അച്ഛൻ പറഞ്ഞു:

"തളരല്ലേ മോനേ...ഈ അച്ഛനും ഒരു പാപിയായിപ്പോയി... പെൻഷനാവുന്നതിന് മുൻപ് ഒന്നു മരിച്ചെങ്കിൽ ആ ജോലിയെങ്കിലും മോന് കിട്ടുമായിരുന്നു...അതിനും വിധിയില്ലാതായല്ലോ..."

അച്ഛൻ വിതുമ്പിയപ്പോൾ ദുർബ്ബലമായ കൈകളുയർത്തി മകൻ അച്ഛനെ കെട്ടിപ്പുണർന്നു. വരണ്ട കണ്ണുകൾപൂട്ടാതെ മകൻ അച്ഛന്റെ നരച്ച കവിളുകളിൽ കനിവോടെ ചുംബിച്ചു.

പെട്ടെന്നവന്റെ കൈകൾ ശക്തങ്ങളായി.

പതുക്കെ, വളരെ സാവധാനം അവൻ അച്ഛന്റെ കഴുത്തിൽ കൈകൾ മുറുക്കി.

●

ഇന്ത്യ
എന്റെ രാജ്യമാകുന്നു, എല്ലാ...!

ഓഫീസിന്റെ ആധികാരിക മൗനത്തെ പോറലേൽപിക്കാതെ ഊമയായ ആ സ്ത്രീ കടന്നുവന്നു. ഒക്കത്തൊരു കുഞ്ഞുണ്ടായിരുന്നു. പിറകെ പത്തുവയസ്സായ ഒരാൺകുട്ടിയും അഞ്ചുവയസ്സായ ഒരു പെൺകുട്ടിയുമുണ്ടായിരുന്നു. കൈയിൽ നോട്ടുബുക്കിൽനിന്നടർത്തിയ ഒരു മുഷിഞ്ഞ പേജുമുണ്ടായിരുന്നു. അതിൽ തന്റെ മൂത്തമകന് ക്യാൻസറാണെന്നും സഹായിക്കണമെന്നും എഴുതിയിരിക്കുന്നു.

മൂത്ത ആൺകുട്ടിയുടെ വിളറിയ മിഴികളിലേക്കുപോലും ഞങ്ങൾ നോക്കിയില്ല. എത്രയുംവേഗം സ്ഥലംവിട്ടോളൂ എന്ന അർത്ഥത്തിൽ ഞങ്ങൾ കൈയിളക്കിയപ്പോൾ ഒന്നും ലഭിക്കാതെ അമ്മയും മക്കളും കടന്നു പോയി.

"ഇതൊക്കെ സ്ഥിരം തട്ടിപ്പാ... അഗതിമന്ദിരത്തിലെ സദ്യ പോരാഞ്ഞ് ചാടിപ്പോരുന്ന വഹകളാ..."

ഞങ്ങൾ അനുഭവപാഠം ഉരുവിട്ടശേഷം ഫയലുകളിൽ മുഖം പൂഴ്ത്തി.

മാസങ്ങൾക്കുശേഷം അവർ വീണ്ടും വന്നു. അപ്പോൾ മൂത്തമകൻ കൂടെയുണ്ടായിരുന്നില്ല. അഞ്ചുവയസ്സുള്ള പെൺകുട്ടിയും കൈക്കുഞ്ഞും അമ്മയെ അള്ളിപ്പിടിച്ചിരുന്നു. അവർ കടലാസ് നീട്ടി. അതിൽ തന്റെ രണ്ടാമത്തെ മകൾക്ക് ക്യാൻസറാണെന്നും സഹായിക്കണമെന്നും എഴുതിയിരിക്കുന്നു.

"കഴിഞ്ഞതവണ മകനായിരുന്നു ക്യാൻസർ... ഇപ്പോൾ അടവൊന്നുമാറ്റി അല്ലേ?... പോ പോ..."

ഞങ്ങൾ ആട്ടിയപ്പോൾ ഊമയും മക്കളും ഒന്നും പ്രതികരിക്കാതെ കടന്നുപോയി. കുറച്ചുദിവസങ്ങൾക്കുള്ളിൽ അതാ അവർ വീണ്ടും വരുന്നു. ഇപ്പോൾ പെൺകുട്ടി കൂടെയില്ല. ഒക്കത്തെ കുഞ്ഞ് ചുമലിൽ മയങ്ങിക്കിടക്കുകയാണ്. അമ്മ ദയനീയമായി ഞങ്ങളെ നോക്കിയശേഷം കടലാസ് നീട്ടി. അതിൽ ഒക്കത്തുള്ള കുഞ്ഞിന്

ക്യാൻസറാണെന്നും സഹായിക്കണമെന്നുമാണ് എഴുതിയിരിക്കുക എന്നുറപ്പുള്ള ഞങ്ങൾ ശല്യം ഒഴിവാക്കാൻ തുനിഞ്ഞു:

"ഇത്തരം വേഷങ്ങളൊന്നും ഇനിയുള്ളകാലം ചെലവാകില്ല സ്ത്രീയേ...വല്ലതും അധ്വാനിച്ച് മക്കളെ പോറ്റാൻ നോക്ക്..."

അവർ കൈക്കുഞ്ഞുമായി തലകുനിച്ച് കടന്നുപോയി.

പിന്നെ കുറച്ചുമാസങ്ങളോളം അവരെ കണ്ടില്ല. എന്നാലിന്ന് ഞങ്ങൾ വീണ്ടും ആ ഊമയായ അമ്മയെ കണ്ടു. ഞങ്ങളുടെ മുൻ സെക്ഷൻസൂപ്രണ്ടിന്റെ ശവസംസ്കാരവേളയിൽ.

പള്ളിപ്പറമ്പിൽനിന്ന് വേർതിരിക്കപ്പെട്ട തെമ്മാടിക്കുഴികൾക്കിടയിൽ, മൂന്ന് കൊച്ചുകുഴിമാടങ്ങൾക്കരികിൽ അവർ ശിരസ്സ് കുനിച്ചിരിക്കുകയായിരുന്നു.

●

വില

ചെറൂട്ടിറോഡിൽ മൂന്നാംഗേറ്റിൽ റെയിൽപ്പാളത്തിൽനിന്നും പത്തടി ദൂരെയാണ് യുവാവിന്റെ കബന്ധം കിടക്കുന്നത്.

ശിരസ് പാളത്തോട്ടുചേർന്ന് കരിങ്കൽച്ചീളുകൾക്കുമുകളിൽ പകുതി മിഴിചിമ്മിക്കൊണ്ട്.

അപകടമോ ആത്മഹത്യയോ?

ആർക്കറിയാം!

എത്ര പെട്ടെന്നാണ് കാണികൾ തടിച്ചുകൂടിയത്!

ശിരസ്സുനോക്കി പറഞ്ഞു:

"നമ്മുടെ തീവണ്ടിച്ചക്രത്തിന്റെ ഒരു കൃത്യത...തല കണ്ടില്ലേ... മോഡേൺബ്രഡ്ഡിന്റെ പീസുപോലെയല്ലേ മുറിച്ചുവെച്ചിരിക്കുന്നത്..."

പാളത്തിനു നടുവിലായി തടിയൻപേഴ്സും മൊബൈലും.

"നല്ല ചെമ്പുള്ള വീട്ടിലെ പയ്യനാ... കനംകണ്ടിട്ട് പേഴ്സില് ഒരു പതിനായിരമെങ്കിലും ഉണ്ടാവുംന്നാ തോന്നുന്നത്..."

"മൊബൈലിന്റെ കേയ്സ് മാത്രമേ ഇത്തിരി പൊട്ടിയിട്ടുള്ളൂ... നന്നാക്ക്യാ മത്യാവും..."

"ഷവോമിയാണെന്ന് തോന്നുന്നു..."

"സാംസങ്ങല്ലേ?"

കാണികൾ അക്ഷമയോടെ കുനിഞ്ഞു;

"അല്ലല്ല...ഒറിജിനൽ ആപ്പിളാ... ക്യാമറയൊക്കെ കലക്കനായിരിക്കും... ഒരു അറുപതിനായിരമെങ്കിലും വില വരും..."

അവർക്കിടയിലേക്ക് കാക്കകളും വന്നു.

മൊബൈലും പേഴ്സും ഗൗനിക്കാതെ ചോരവാർന്ന ശിരസ്സിലെ പാതിതുറന്ന മിഴികളിൽ ഇടയ്ക്കിടെ കൊത്തിവലിച്ചു.

കാക്കകളെ ഓടിക്കാതെ കാണികൾ:

"കാക്കകൾക്ക് നല്ല കോളായി... ബുൾസ്ഐ കിട്ടിയ മാതിരി"

ചുറ്റുമൊരു കൂട്ടച്ചിരി പടർന്നു.

●

സാന്ത്വനം

ഹോ, ഈ നാലാം വയസ്സിൽ എന്തെല്ലാം സങ്കടങ്ങളാണ് പേറേണ്ടിവരുന്നത്. നാലാം വയസ്സിൽ നട്ടപ്പിരാന്തായിരിക്കുമെന്നറിഞ്ഞിട്ടും ചന്തിക്കടിയും ചെവിക്കുറ്റി തിരുമ്മലുമൊക്കെ മുറയ്ക്ക് നടക്കുന്നു. അതിനേക്കാൾ ഭീകരമല്ലേ പുട്ടിന് തേങ്ങയിടുന്നതുപോലെ ഇടക്കിടെയുള്ള ബടക്ക്ൂസ്, തോന്നിവാസി, കുരുത്തംകെട്ടവൻ എന്നൊക്കെയുള്ള ചീത്തവിളികൾ...!

ഈ വീട്ടിൽ ഉപ്പാക്കും ഉമ്മാക്കും തന്നോടൊരു സ്നേഹവുമില്ല. ഉപ്പൂപ്പ വീട് മാറി താമസിച്ചശേഷമുള്ള ദയനീയ ഭീകരാന്തരീക്ഷമാണിത്. തൊടുന്നതെല്ലാം കുറ്റം. ഇതാ അഞ്ച്മിനിറ്റ് മുൻപാണ് ഉമ്മയുടെ വക കവിളിൽ നല്ലോരു നുള്ള് കിട്ടിയത്. പിടിച്ച് നിൽക്കാൻ പറ്റാതിരുന്നതുകൊണ്ടാണ് ഡൈനിങ്ഹാ ളിലെ നിലത്ത് ഇത്തിരി മൂത്രമൊഴിച്ച് പോയത്. അതും കുറ്റം.

നുള്ള് കിട്ടിയ കവിളൊന്ന് തടവി നോക്കി. കണ്ണുകൾ നിറഞ്ഞുപോയി. നാലുവയസ്സുകാരനും ഒരു ഹൃദയമില്ലേ. സങ്കടം വരില്ലേ?

തൂങ്ങിച്ചത്താലോ?

അയ്യോ വേണ്ട. തെക്കേലെ അസ്സൻക്കാ തൂങ്ങിച്ചത്തപ്പോ കാണാനൊരു രസവുമുണ്ടായില്ല. കണ്ണുകൾ തുറിച്ച് നാവുനീട്ടി ആകെ ബീഭത്സരൂപം.!

നാട്ടു വിട്ടാലോ? അതും പറ്റൂല. ബസ്സിന്റെ പടി കയറാൻ തന്റെ കാലെത്തൂല.!

വീണ്ടും കവിൾതടവി. തൊലി പോയിട്ടുണ്ടോ? കണ്ണാടിയിലൊന്ന് നോക്കിയാലോ?

മേശക്കടുത്ത് ചുമരിൽ ഉമ്മയും ഉപ്പയും മുഖം നോക്കുന്ന കണ്ണാടിയുണ്ട്. കയ്യെത്താദൂരത്താണ്.

പതുക്കെ സ്റ്റൂൾ നിരക്കി മേശക്കരികിലെത്തിച്ചു. സ്റ്റൂളിൽ കാൽമുട്ടു വെച്ച് കയറി. പിന്നെ മേശപ്പുറത്തേക്ക്.

ഞാ കയ്യെത്തി. ചുമരിലെ ആണിയിൽനിന്നും കണ്ണാടി ശ്രദ്ധിച്ച്, വളരെ ശ്രദ്ധിച്ച് ഊരിയെടുത്തു. ഒന്നു തിരിഞ്ഞതേയുള്ളൂ; 'ബ്ലും'

കാൽവഴുതി സ്ഥലം കടന്ന് കണ്ണാടിയോടെ കമഴ്ന്നടിച്ച് നിലത്തേക്ക്...! കണ്ണാടി പൊട്ടിച്ചിതറി. ഭാഗ്യം തനിക്കൊന്നും പറ്റിയില്ല.

എന്റുമ്മോ, അതാ വരുന്നു ഉപ്പയും ഉമ്മയും ഒരുമിച്ച്.!

തൂക്കിയെടുത്ത് ദേഹമാകെ പരിശോധിക്കുകയാണ്. ഒന്നും പറ്റിയില്ലെന്നുറപ്പായപ്പോൾ കിട്ടി തുടനോക്കി നാലെണ്ണം.

"അസത്തേ എത്ര കിട്ട്യാലും പഠിക്കൂലാലോ ഇങ്ങി?"

നോക്കണേ, നേരത്തേ ഉമ്മ ഭീകരമായി നുള്ളിയ കവിളൊന്ന് പരിശോധിക്കാനാണ് കണ്ണാടിയെടുത്തത്. എന്നിട്ടതും കുറ്റം!

ദ്വേഷ്യം വരാതിരിക്കുമോ?

ഉപ്പയുടെ നേരെ കൈച്ചൂണ്ടി കൊഞ്ചലോടെ പൊട്ടിത്തെറിക്കുകതന്നെ ചെയ്തു:

"ഞാനിനി ഈ ബീട്ടില് താമസിക്കുന്നില്ല... നിങ്ങക്കാർക്കും ഇന്നോട് സ്നേഹംല്ല... ഉപ്പൂപ്പാക്ക് മാത്രേ സ്നേഹംള്ളൂ... ഞാൻ ഇന്റിപ്പൂപ്പാന്റെ വീട്ടിലേക്ക് പോകുവാ..."

"ങാ പോയ്ക്കോ... ഇപ്പത്തന്നെ പോയ്ക്കോ..."

ഞാഹാ, എന്നാൽ പോയിട്ടുതന്നെ കാര്യം!

ഒരോട്ടത്തിന് ഡൈനിങ്ഹാളിന്റെ മൂലയിലേക്കോടി. ഉപ്പൂപ്പ കളിക്കാൻ വാങ്ങിത്തന്ന കുട്ടിബാഗെടുത്ത് തോളിലിട്ടു. കുഞ്ഞിക്കുടയെടുത്തു കക്ഷത്തിൽ തിരുകി.

നേരെ ഡൈനിങ്ഹാളിന്റെ ചുമരിൽ സദാ തന്നെയും നോക്കിയിരിക്കാറുള്ള ഉപ്പൂപ്പയെ നോക്കി:

"ഉപ്പൂപ്പാ...ഞാൻ ഉപ്പൂപ്പാന്റെ വീട്ടിലേക്ക് വര്വാ...ഇവട്യാർക്കും ന്നോട് ഒരു സ്നേഹോംല്ല...ഉപ്പൂപ്പാന്റെ പുതിയ വീട്ടിലേക്കുള്ള ബഴി ഒന്ന് പറഞ്ഞ്തര്വോ ഉപ്പൂപ്പാ...?"

ചില്ലിട്ട ഫ്രെയിമിനുള്ളിൽ ഉപ്പൂപ്പ ചിരിച്ചു:

"ന്റെ ചക്കരേ...നിയ് ഇപ്പളൊന്നും ഉപ്പൂപ്പാന്റെ ബീട്ടില്ക്ക് വരേണ്ടെടാ...ഞാനിവിടെ നെന്റെ കൂടെത്തന്നെ ണ്ടെടാ...മോൻ കരയണ്ട..."

ചുമരിൽനിന്നും ഉപ്പൂപ്പായുടെ കൈകൾ നീണ്ടുവന്ന് അവനെ കോരിയെടുത്തു. ആ കൈകളിൽ മുഖം ചേർത്തങ്ങിനെ നിന്നപ്പോൾ നിറഞ്ഞ കണ്ണുകൾ വറ്റി. കുഞ്ഞിച്ചുണ്ടുകളിൽ ആശ്വാസത്തിന്റെ ഒരു ചിരിപ്പൂ വിരിഞ്ഞു.

പിന്നെ ഉപ്പൂപ്പായുടെ ഉണങ്ങിയ വിരലുകൾക്കിടയിലൂടെ നോക്കിയപ്പോൾ...!

ഉപ്പയും ഉമ്മയും തങ്ങളെ നോക്കി കരയുകയാണ്.

അങ്ങനെ വേണം.

ഉപ്പൂപ്പാനെ അവർക്ക് നല്ല പേടിയുണ്ട്...!

●

കാറ്റ്

ആയിരം പാദസരങ്ങൾ കിലുക്കി ആലുവാപ്പുഴയൊഴുകി. പുഴയുടെതീരത്ത് കലുങ്കിൻമേലിരുന്ന് എൺപതുകഴിഞ്ഞ നാല് വൃദ്ധൻമാർ കഥകൾകൊറിച്ചു.

മസിലുകളുരുട്ടിയും നെഞ്ചുവീർപ്പിച്ചും വ്യായാമം ചെയ്തുകൊണ്ട് പാഞ്ഞുവന്ന ഇരുപതുകാരൻ ഗുണദോഷിച്ചു:

"അല്ല... അപ്പൂപ്പൻമാരേ... ഈ വയസ്സാംകാലത്ത് ഈ കലുങ്കിൻമേലിരിക്കണോ?... ഇരുത്തമൊന്ന് തെറ്റിയാ പുഴയിൽവീണ് കാറ്റുപോവത്തില്ലേ?... അടങ്ങിയൊതുങ്ങി വീട്ടിലിരുന്നാൽപ്പോരേ?"

വൃദ്ധൻമാർ തൊണ്ണുകാട്ടി ചിരിക്കുകമാത്രം ചെയ്തു.

മുന്നോട്ടുകുതിച്ച പയ്യൻ പെട്ടെന്ന് നെഞ്ചമർത്തിപ്പിടിച്ച് നിലത്തിരിക്കുകയും വലിയവായിൽ കരയുകയും പിന്നോട്ടുമറിഞ്ഞ് നിശ്ചലനാവുകയും ചെയ്തു.

ആലുവാപ്പുഴ പിന്നെയുമൊഴുകി.

●

ഓണമയിലാഞ്ചി

അത്തപ്പുലരിയിൽ അവളാണ് വിളിച്ചുണർത്തിയത്:

"നന്ദേട്ടാ പൂ പറിക്കാൻ പോണ്ടേ?"

കൈതയോല ഉണക്കിച്ചീന്തി അമ്മ മെനഞ്ഞുതന്ന രണ്ട് പൂക്കൊട്ടകളുമായി ഞങ്ങൾ തൊടിയിലേക്ക് പാഞ്ഞു.

ഇക്കൊല്ലവും അവളുടെ പൂക്കൊട്ടയാണാദ്യം നിറഞ്ഞത്.

ഇന്നലെ ഞങ്ങൾ ഒരുമിച്ച് പണിതുവെച്ചിരുന്ന പൂത്തറയിൽ അവളാണാദ്യം പൂനിരത്തിയത്.

തുമ്പയിതളുകൾ ഓരോന്നായി നിരത്തി പൂത്തറ നിറയ്ക്കുമ്പോൾ കരിവളകൾ ചിരിക്കുന്ന ഖദീജയുടെ കൈകളിൽ അപ്പോഴും മായാതെ കിടപ്പുണ്ടായിരുന്നു; കഴിഞ്ഞ പെരുന്നാളിന് ഞാനിട്ടുകൊടുത്ത മയിലാഞ്ചിച്ചിത്രങ്ങൾ!

•

അവകാശികൾ

മുറ്റത്തൊരത്തിമരമുണ്ടായിരുന്നു. അതിന്റെ ആനച്ചെവിവട്ടത്തിലുള്ള ഇലകൾനെയ്യുന്ന തണലിലിരുന്നാണ് ഞാനെന്റെ കച്ചവടക്കണക്കുപുസ്തകമെഴുതുക. ഹരിച്ചും ഗുണിച്ചും വട്ടുപിടിക്കുമ്പോൾ അത്തിയിലകൾ ഒരു വിശറിക്കാറ്റിന്റെ കുളിരുനൽകും. ഒരിക്കലാ ഇലത്തണൽ മുറിച്ചുകൊണ്ട് പുസ്തകത്തിലങ്ങിങ്ങ് വെയിലിന്റെ ചൂടുള്ള വെള്ളിക്കാലുകൾ നാട്ടിയതു കണ്ട് ഞാൻ മുകളിലേക്ക് നോക്കി. ഒരിലയുടെ സിംഹഭാഗവും തിന്നു നശിപ്പിച്ച് വൃത്തികെട്ട ഒരു പുഴു സുഖിച്ചങ്ങിനെ കിടക്കുകയാണ്. എന്റെ തണലിന്റെ ശത്രു! കൊല്ലണം. എല്ലാ ഇലകളിലും കീടനാശിനിയും തളിക്കണം!

ഞാൻ ധൃതിയിൽ സ്പ്രേയറിൽ കീടനാശിനി നിറച്ച് ഇലകളിലേക്ക് നീട്ടി.

“അയ്യോ സഹോദരാ അരുത്...ഒരു രണ്ടുദിവസമെങ്കിലും എനിക്കു തരൂ...”

പുഴു കേഴുകയാണ്.

ഇഴഞ്ഞിഴഞ്ഞ് സ്ഥലംവിടാനുള്ള കാലാവധിയായിരിക്കും. സമ്മതിച്ചേക്കാം!

“ശരി ശരി...രണ്ടു ദിവസത്തിനകം സ്ഥലംവിട്ടോണം...”

രണ്ടുദിവസം കഴിഞ്ഞു നോക്കുമ്പോൾ പുഴുവിനെ കാണാനില്ല. ഇലകളിൽ തളിക്കാനായി ഞാൻ വീണ്ടും കീടനാശിനിയെടുത്തു.

“അയ്യോ സഹോദരാ അരുത്...രണ്ടുദിവസം കൂടി...”

എവിടെ നിന്നോ പുഴുവിന്റെ ശബ്ദം വീണ്ടും.

ഓഹോ, ഇലത്തുമ്പിൽ പളുങ്കുപോലെ തിളങ്ങുന്ന ഒരു ചെറുഗോളം തൂങ്ങിക്കിടപ്പുണ്ട്. അതിനകത്തുനിന്നാണ്.

“ഒളിച്ചിരുന്ന് പറ്റിക്കേണ്ട രണ്ടുദിവസത്തിനകം പോയ്ക്കോണം”

പിന്നെയും രണ്ടുദിവസം കഴിഞ്ഞു ചെന്നപ്പോഴും പുഴുവിനെ കണ്ടില്ല. ആ പളുങ്കുകൂടാവട്ടെ നെടുകെ പിളർന്നും കിടക്കുന്നു.

അതിനപ്പുറം ഇലയുടെ വക്കിൽ മനോഹരമായ വർണച്ചിറകുകൾ പിടപ്പിച്ചുകൊണ്ട് ഒരു ചിത്രശലഭം!

"സഹോദരാ ഞാനങ്ങയെ കാത്തുനിൽക്കുകയായിരുന്നു. എന്റെ ജീവിതം സാക്ഷാത്കരിക്കാനായി അങ്ങു നൽകിയ കാരുണ്യത്തിന് നന്ദി...നന്ദി"

ചിത്രപതംഗം പറന്നുപോയി.

അപ്പോൾ മാത്രമാണ് ഞാനെന്റെ അത്തിമരത്തെ സമഗ്രമായി നിരീക്ഷിച്ചത്.

അങ്ങിങ്ങ് ഇലകൾ ചുരുട്ടി വീടുണ്ടാക്കിയ കുഞ്ഞുറുമ്പുകൾ ഇര തേടാനിറങ്ങുന്നു. തടിയുടെ കീറലുകളിൽ സ്വസ്ഥമുറങ്ങുകയാണ് പൊൻതിളക്കമുള്ള അനേകം പ്രാണികൾ. ശിഖരങ്ങളിൽ വിശ്രമിക്കാനെത്തുന്ന തേൻവണ്ടുകൾ. കൊക്കുരുമ്മി കിന്നരിക്കുന്ന പേരറിയാക്കിളികൾ. ശിഖരങ്ങൾതോറും ഓടിയും ചാടിയും അമ്മയെ കളിപ്പിക്കുന്ന ഒരണ്ണാൻകുഞ്ഞ്!

എന്റെ കയ്യിൽനിന്നും വിഷം നിറച്ച സ്പ്രേയർ നിലത്തുവീണു.

അത്തിച്ചുവട്ടിൽ നിവർത്തിവെച്ച കണക്കുപുസ്തകത്തിലേക്ക് കണ്ണോടിച്ചപ്പോൾ അക്കങ്ങളെല്ലാം ഒരു ചിത്രശലഭത്തിന്റെ വർണ്ണച്ചിറകുകളായി മാറിയിരിക്കുന്നു!

●

മൂന്നാം ഭാവം

പ്രണയത്തിന്റെ ചാവുകടലിൽ, അഭിനിവേശങ്ങളുടെ അഗ്നിത്തിരകളിൽ നിരന്തരം പതഞ്ഞുനീറി പൂർണതയുടെ കരയിലേക്കാഞ്ഞടിക്കുമ്പോഴെല്ലാം തീരം വന്യമായ ആക്രോശത്തോടെ കടലിലേക്കു തന്നെ ചവുട്ടിയകറ്റുകയാണ്.

വയ്യ ഇനിയീ അനിശ്ചിതത്വം!

ഒരു തീക്ഷ്ണചുംബനത്തിന്റെ താൽക്കാലിക സ്വാത്മവിസ്മൃതിയിൽനിന്നുണർന്ന് അവൻ മന്ത്രിച്ചു:

“നമുക്കു പോകാം... വേട്ടനായ്ക്കൾ കുരയ്ക്കുന്ന നഗരങ്ങളൊന്നും വേണ്ട...ആദിനിവാസികൾപോലുമെത്താത്ത കാടിന്റെ ഉള്ളറകളിൽ എവിടെയെങ്കിലും ഒരു മാളം കണ്ടെത്താതിരിക്കില്ല... എല്ലാമെല്ലാം ത്യജിക്കാം... ഒരു കാട്ടുകനിമതി ഒരു കാട്ടുറവിമതി നമുക്ക് പുലരാൻ...”

വീട്ടിലവൾ തയ്യാറായി.

കണ്ണാടിക്കാഴ്ചയിൽ അവൻ വാഴ്ത്താറുള്ള തന്റെ ഉജ്ജ്വലഭംഗിയെ അവൾ ഒന്നുകൂടി പൊലിപ്പിച്ചു. അവന്റെ കവിളുകളെ അലോസരപ്പെടുത്താറുള്ള കുറ്റിമീശ ഷേവർകൊണ്ട് വടിച്ചുനീക്കി. തിളങ്ങുന്ന കണ്ണുകൾക്കുചുറ്റും സുറുമ വരച്ചു. ബ്ലൂലേഡി പൂശി.

എന്നും തന്നെ സുന്ദരിയാക്കുന്ന കോസ്മെറ്റിക്കുകൾ നിറഞ്ഞ വാനിറ്റിബാഗ് മാത്രമെടുത്തു.

ആർക്കും നഷ്ടം വേണ്ട!

അവൾ തിരിഞ്ഞു.

വാതിൽക്കൽ അമ്മയവളെ പിറകോട്ടു തള്ളി.

“നിനക്ക് ഭ്രാന്താണ്... നീ രോഗിയാണ്... നീ ഞങ്ങളെ നാണം കൊടുത്തരുത് മോനേ...”

അവൾ കൈചൂണ്ടി:

“അമ്മയും കരുണയില്ലാത്ത ഈ സമൂഹത്തിന്റെ മെഗഫോണാ

ണ്... ഞങ്ങൾക്കാരും വേണ്ട... ഞാൻ അവനോടൊപ്പം ജീവിക്കും... എനിക്കവനെ മറക്കാൻ വയ്യമ്മേ... ഞാനുമൊരു പെണ്ണാണമ്മേ... എന്റെയുള്ളിലും നിങ്ങളെപ്പോലെ ദാഹിക്കുന്ന ഒരു ഹൃദയമുണ്ട്... അതാരും കാണുന്നില്ലല്ലോ..."

അവൾ വാനിറ്റിബാഗ് ശിരസ്സിലടിച്ച് വലിയവായിൽ നിലവിളിച്ചു. സുറുമക്കണ്ണീർ കവിളുകളിലേക്ക് ചാലിട്ടു.

"മോനെ... സുറുമ വരച്ചാൽ... മീശ വടിച്ചാൽ നീ പെണ്ണാവില്ല... നീയൊരാൺകുട്ടിയാണ്..."

"ആൺ... ആൺ... ആൺ... എല്ലാവരും കള്ളങ്ങളുടെ അസ്ത്രങ്ങളെടുത്ത് എന്നെ കുത്തുന്നു... എന്താണെന്റെ തടസ്സം.? ഇതാണോ ... ഇതാണോ?"

അവൾ ഷർട്ട് പൊക്കി രോമനിബിഡമായ സ്വന്തം നാഭിയിലേക്ക് കൈചൂണ്ടി.

അമ്മ സ്തംഭിച്ചുപോയി. നോക്കിനിൽക്കേ ടേബിളിൽനിന്ന് നെയിൽകട്ടറെടുത്ത് അവൾ ടോയ്‌ലറ്റിലേക്ക് പാഞ്ഞു. രക്തത്തിൽ കുതിർന്ന ജീൻസോടെ വന്ന് കൈ നിവർത്തിക്കുടഞ്ഞു.

"ഇതാ കൊണ്ടുപോയി തിന്നട്ടെ സകല കഴുകൻമാരും..."

അമ്മയുടെ കാൽക്കൽവീണ് അവൾ തേങ്ങി:

"അമ്മേ...ഞാനുമൊരു പെണ്ണാണമ്മേ... ഇനിയെങ്കിലും എന്നെ വിശ്വസിക്കൂ..."

സ്വത്വരാഹിത്യത്തിന്റെ ഉൾക്കടച്ചിലോടെ ചോരച്ചുവപ്പില പ്പോഴും തുടിച്ചുതുള്ളുകയാണ് നിലത്തുവീണ മാംസത്തുണ്ട്!

●

ചോരവിരൽ

വിധവകളുടെ ചുടുകണ്ണീർവീണ് കരിഞ്ഞുകൊണ്ടിരുന്ന ഗ്രാമത്തിൽ അവസാനത്തെ ആൺതരിയും വെട്ടിനുറുക്കപ്പെട്ടതോടെ അവശേഷിച്ചിരുന്ന സുമംഗലികൂടി വിധവകളുടെ സംഘത്തിൽ ലയിച്ചു. വരണ്ട പാടത്തെ വെള്ളക്കൊറ്റികൾപോലെ വിധവകളും പാടവരമ്പത്തെ നീലശംഖുപുഷ്പങ്ങൾപോലെ പിഞ്ചുമക്കളും മാത്രം അവശേഷിച്ചു. വീട്ടുമുറ്റങ്ങളിൽ അനാഥമായിക്കിടന്ന പകുതി ചാരമായ സിഗരറ്റു കുറ്റികൾ, പാതിയൊഴിഞ്ഞ മദ്യക്കുപ്പികൾ, എതിരാളികളില്ലാത്ത ശീട്ടുകെട്ടുകൾ ചാക്കുകൾക്കുള്ളിലൊതുങ്ങി. വണ്ടി, സാധനം, ചരക്ക്, പീസ് തുടങ്ങിയ ശൃംഗാരപദങ്ങൾക്കും വംശനാശം വന്നു. വിധവകൾ ദുഃശ്ശകുന ബിംബങ്ങളല്ലാതായി. പൂമുഖവാതിൽക്കൽ സ്നേഹം വിടർത്തുന്ന പൂന്തിങ്കൾപ്പാട്ടിന്റെ കഥയും കഴിഞ്ഞു. ആരിൽനിന്നും സ്വാതന്ത്ര്യം പ്രഖ്യാപിക്കാനില്ലാത്തതിനാൽ ഫെമിനിസവും എതിർലിംഗം വായിക്കാനില്ലാത്തതിനാൽ സ്ത്രീപക്ഷരചനകളും തിരോഭവിച്ചു. ഒരാൺതരിയും മോഹിക്കാനില്ലാത്തതിനാൽ ചാന്തുകൺമഷിക്കുപ്പിവളക്കടകളും ആടക്കടകളും പൂട്ടിക്കിടന്നു.

ഇതല്ല ഭൂമിയെന്നും, കാമിക്കുകയും പ്രണയിക്കുകയും ഭോഗിക്കുകയും സങ്കടപ്പെടുകയും അരിശപ്പെടുകയും ശണ്ഠകൂടിയിറങ്ങിപ്പോവുകയും തിരിച്ചുവരികയും ചെയ്യാൻ പുരുഷൻമാർ ഉണ്ടായിരിക്കലും പാടമെല്ലാം പച്ചനിറയുന്നതും വെള്ളക്കൊറ്റികൾക്കെല്ലാം നീലച്ചിറകുകൾ മുളയ്ക്കലുമാണ് യഥാർത്ഥ സ്വർഗ്ഗമെന്നുമവർ വേവും നെഞ്ചോടെയറിഞ്ഞു.

വെട്ടിനുറുക്കിയ ശരീരങ്ങൾ പെറുക്കിക്കൂട്ടിയടക്കിയിട്ടും നിരനിരന്ന രക്തസാക്ഷിത്തറകൾക്കുചുറ്റും പരതിനടന്ന ചില പിഞ്ചു മക്കൾക്ക് സ്വന്തം പിതാക്കൻമാരുടെ പുഴുവരിക്കുന്ന ചൂണ്ടാണി വിരൽത്തുണ്ടുകളോ ബധിരമായ ചെവികളോ കിട്ടി. ബാക്കി മുളയ്ക്കാനായി കുട്ടികളവ വീട്ടുമുറ്റത്തെ ചെടിച്ചട്ടികളിൽ നട്ടു. വിത്ത് ചെടിയായ്

വളരുമ്പോലെ തങ്ങളുടെ അച്ഛൻമാരെല്ലാം മുളച്ചുവരാനായി പ്രാർത്ഥിച്ചു. കരിഞ്ഞ കതിരൊന്നും മുളയ്ക്കില്ലെന്നും നട്ട വിരലുകളിൽ അക്കാലംവരെ തുടിച്ചുനിന്നത് ആർക്കും എപ്പോഴും കെടുത്താവുന്നതും എന്നാലാർക്കും തിരികെ കൊളുത്താനാവാത്തതുമായ ജീവനാളമായിരുന്നുവെന്നും പറയാതെ, കണ്ടതെല്ലാം കനവെന്നും അച്ഛൻമാരെല്ലാം കളിവണ്ടിയും അരിയും മീനും വാങ്ങാൻ വെള്ളപുതച്ച് ചന്തയ്ക്ക് പോയെന്നും അമ്മമാർ മക്കൾക്കുചുറ്റും നുണകളുടെ പെരുംകോട്ട കെട്ടി. നുണ നുണഞ്ഞ് മക്കളെന്നും വീട്ടുപടിക്കൽ വ്രതം നോറ്റു. ചില നേരങ്ങളിൽ വിധവകളും മരണം സത്യമല്ലെന്നും കെട്ടുകഥയാവാമെന്നും സങ്കൽപിച്ച് മക്കൾക്കൊപ്പം പ്രതീക്ഷയോടെ ചന്തയ്ക്ക് പോയവനെ കാത്തു.

പിന്നെ യാഥാർത്ഥ്യത്തിന്റെ പൊള്ളലിൽ വിധവകളൊന്നാകെ നെഞ്ചത്തടിച്ചുകൊണ്ട് വലിയവായിൽ നിലവിളികളോടെ ഉറക്കെയുറക്കെ ചോദിക്കാൻ തുടങ്ങി:

"അരിയ്ക്കും മീനിനും ഞങ്ങൾക്കും മക്കൾക്കും വേണ്ടിയല്ലെങ്കിൽ എന്തിനാണ്പിന്നെ പരസ്പരം വെട്ടിമരിച്ച് നിങ്ങളീ ഗ്രാമത്തെ വിധവകളുടെ ഗ്രാമമാക്കിയത്?"

തിരമാലകൾപോലെ ചോദ്യങ്ങൾ ആവർത്തിക്കുകയും രക്തസാക്ഷിത്തറകൾക്കുചുറ്റും കനത്തുകിടന്ന നിതാന്തമൗനത്തിൽ ലയിക്കുകയും ചെയ്തു.

●

കഖഗഘങ

പ്രഭാതം എങ്ങനെയൊക്കെയാണോ വിരിയാറുള്ളത് അതുപോലെ സനാതനമായി വിരിഞ്ഞു. കാറ്റ് എങ്ങിനെയൊക്കെയാണോ വീശാറുള്ളത് അതുപോലെതന്നെ വീശി.

പ്രകൃതിപോലും മാറ്റത്തെ ഭയന്നുവോ?

കൂട്ടുകാർ നിശബ്ദരായി തെരുവിലൂടെ നടന്നുകൊണ്ടിരുന്നു.

തെരുവിലൂടെ സഞ്ചരിക്കുന്നവരൊന്നും ഒരു വസ്ത്രവും ധരിച്ചിട്ടുണ്ടായിരുന്നില്ല. നിങ്ങൾ നഗ്നരാണെന്ന് വിളിച്ചുപറയാൻ കഴിയാതെ, അങ്ങോട്ട് നോക്കാതെ കൂട്ടുകാർ തലകുനിച്ചാണ് നടന്നത്.

വഴിയോരത്തിരുന്ന് ചിലർ അമേധ്യം വാരിത്തിന്നുന്നത് കണ്ടു. ദുർഗ്ഗന്ധത്തെക്കുറിച്ച് പറയാൻ കഴിയാതെ അവർ മൂകരായി.

റോഡരികിലുള്ള കുറ്റിക്കാട്ടിൽനിന്നും ഒരു പെൺകുഞ്ഞിന്റെ നിലവിളികേട്ടു. ഒരുകൈ തടുക്കാൻ കഴിയാതെയവർ ശിരസ്സ് കുനിച്ചു.

മറ്റൊരിടത്ത് കുറച്ചുപേർചേർന്ന് ഒരാളെ വെട്ടിനുറുക്കുകയാണ്. ആ ചോരക്കളത്തിലേക്കും നോക്കാനായില്ല. കാരണം, തങ്ങളുടെ കൈകൾ പിന്നിൽ കൂട്ടിക്കെട്ടിയിട്ടുണ്ടായിരുന്നു. ചുണ്ടുകൾമുഴുക്കെ തുന്നിക്കെട്ടിയിരുന്നു.

ഒച്ചയിട്ടുപോകരുതെന്ന് തിട്ടൂരമുണ്ടായിരുന്നെങ്കിലും പരസ്പരം എന്തെങ്കിലുമൊന്ന് സംസാരിച്ചില്ലെങ്കിൽ നിഷ്ക്രിയതയുടെ വിമ്മിഷ്ടത്താൽ മരിച്ചുപോവുമെന്ന് തോന്നിയ കൂട്ടുകാർ തുന്നിക്കൂട്ടിയ ചുണ്ടുകളുടെ ഇത്തിരി വിടവിലൂടെ ഇങ്ങനെ അസ്പഷ്ടമായി ഉച്ചരിച്ചു: ഒന്നാമൻ ഭീതിയോടെ ചുറ്റും നോക്കിക്കൊണ്ട്:

“ചഛജഝഞ?”

രണ്ടാമൻ മുകളിലേക്കും താഴേക്കും നോക്കിക്കൊണ്ട്:

“ടഠഡഢണ”

എന്നിട്ടും, ഇങ്ങനെ അർത്ഥരഹിതമായി ഒച്ചയിട്ടതുപോലും അബദ്ധമായോ എന്നും അതിനും എന്തെങ്കിലും അർത്ഥം ഇതിനകം കണ്ടുപിടിച്ചിട്ടുണ്ടാവുമോ എന്ന ഭീതിയോടെ അവർ സ്വന്തം വീടുകളിലേക്കോടി കണ്ണാടിയിൽ നോക്കി.

ഭാഗ്യം, തല കഴുത്തിൽത്തന്നെയുണ്ട്...!

ചെത്ത്

പല തന്ത്രങ്ങളും പ്രയോഗിച്ചാണ് അച്ഛനെക്കൊണ്ടൊരു ബൈക്ക് വാങ്ങിപ്പിച്ചെടുത്തത്. കുടുംബത്തെ വെട്ടിനുറുക്കുമെന്നൊരു ഭീകരജോക്ക് കാച്ചി. ഫാനിൽ തൂങ്ങുമെന്നൊരു ഭീഷണിയമ്പെയ്തു.

രണ്ടാമത്തേതാണ് ഏറ്റത്.

ഒറ്റ മോനല്ലേ!

ഒരു തിങ്കളാഴ്ചയാണിറങ്ങിയത്.

തുളകൾവീണ ജീൻസും ഡെലിമിന്റെ ഷർട്ടും കൂളിങ്ഗ്ളാസുമൊക്കെയായി അപാരസ്റ്റൈൽ!

ആക്സിലേറ്ററിൽ ആദ്യമേയങ്ങു ചവുട്ടി ക്ലച്ചുവിട്ടപ്പോൾ ബൈക്ക് ജല്ലിക്കാളയായി തലകുടഞ്ഞുപൊങ്ങിയൊരു വെകിളിപ്പാച്ചിലായിരുന്നു. ഓരംചേർന്ന്നടന്ന പെൺഗ്യാങ്ങിനെ ഞെട്ടിച്ച് ചിതറിക്കാൻ ജെറ്റ്വേഗത്തിൽ ചെന്ന് ഹോറൺമുക്രയിട്ട് ഒരു വെട്ടിക്കൽ!

കുഴികിടങ്ങുകൾക്ക് മുന്നിലൊരു കുതിരപ്പറക്കൽ!

സെന്റർസ്റ്റാന്റ് താഴ്ത്തി റോഡ്നീളെയുരച്ചുംകൊണ്ട് മറ്റൊരു തീപ്പൊരിമാലപ്പറക്കൽ!

ഒടുവിലെല്ലാംകൂടി ഒരു ഫെയ്സ്ബുക്ക് ജോക്ക്പോലെ.

സഞ്ചയനം അഞ്ചിന്റന്ന് വെള്ളിയാഴ്ച!

●

അറവ്

ജോർജ്ജ് പിന്നിലൂടെ വന്ന് ദാസന്റെ കഴുത്തുവെട്ടി. പിറകോട്ട് വീഴുന്നതിന് മുൻപ് ദാസൻ സുലൈമാന്റെ തലയറുത്തു. അതുമാൻ ചാടിവീണ് ജോർജ്ജിനെ വെട്ടിനുറുക്കി.

"നമ്മുടെ അച്ഛൻമാരൊക്കെ ദുഷ്ടൻമാരാ...നമുക്ക് പോകാം..."

ജോർജ്ജിന്റെ മകനും ദാസന്റെ മകനും സുലൈമാന്റെ മകനും പരസ്പരം കൈകോർത്തുപിടിച്ചുകൊണ്ട് കലാപഭൂമിയിൽനിന്നും ഇരുട്ടിലൂടെ യാത്രയായി.

അതുവരെ മാനത്ത് കരിമേഘങ്ങൾക്കിടയിൽ മറഞ്ഞുനിന്ന ഒരു ദിവ്യനക്ഷത്രവും അർദ്ധചന്ദ്രനും ശുക്രതാരകവും ഒരോലച്ചൂട്ടായി അവർക്ക് മുന്നിൽ വഴിനടന്നു.

•

ഞാൻ

ടോയ്‌ലറ്റിൽ നാലുബക്കറ്റ് വെള്ളംകൊണ്ട് ചന്തി കഴുകി. രണ്ടു ബക്കറ്റുകൊണ്ട് പല്ലുതേച്ച് മുഖം കഴുകി. ബാത്ത്‌ടബ്ബിൽ അൻപതുബക്കറ്റുകൊണ്ട് കുളിച്ച് കുട്ടപ്പനായിറങ്ങി.

പിന്നെ, സമരപ്പന്തലിൽ, കുടിവെള്ളമൂറ്റി കിണറുകൾ വറ്റിക്കുന്ന വിദേശ കുത്തകക്കമ്പനികൾക്കെതിരെ ഗർജ്ജിച്ചപ്പോൾ ഹോ, അണ്ണാക്കിലെ വെള്ളം വറ്റിപ്പോയി.

സംഘാടകർ കൊണ്ടുവെച്ച കമ്പനികുപ്പിവെള്ളമിത്തിരി കുടിച്ചപ്പോഴാണ് ഹാ, ശ്വാസം നേരെ വീണത്.

●

ഒ പോസിറ്റീവ്

മിശ്രവിവാഹത്തേയും മതനിരാസത്തേയും പ്രോത്സാഹിപ്പിക്കുന്ന പാഠപുസ്തകം പിൻവലിക്കണമെന്നാവശ്യപ്പെട്ട് സമരം ചെയ്യാനാവശ്യപ്പെട്ട നേതാവിന്റെ ആഹ്വാനത്തെത്തുടർന്ന് കുട്ടിനേതാവും സംഘവും തെരുവിലിറങ്ങുകയും പാഠപുസ്തകം പറിച്ചുചീന്തിയെറിയുകയും എതിർകക്ഷിയുടെ കുട്ടിനേതാവും സംഘവുമായി കത്തിക്കുത്തു നടത്തുകയും രണ്ട് കുട്ടിനേതാക്കളും ചോരവാർന്ന് ആശുപത്രിയിൽ അടുത്തടുത്ത ബെഡ്ഡിൽ കിടക്കുകയും, രണ്ടുപേരുടേയും രക്തം ഒ.പോസിറ്റീവാണെന്നും എത്രയും പെട്ടെന്ന് ഒ.പോസിറ്റീവ് രക്തം ലഭ്യമായില്ലെങ്കിൽ രണ്ടുപേരും കാലപുരി പൂകുമെന്നും ഡോക്ടർ അറിയിക്കുകയും, അപ്പോൾ തെരുവിൽ കീറിക്കിടന്ന പുസ്തകത്തിന്റെ ഏടിൽനിന്ന് ഒരു പയ്യൻ ഇറങ്ങിവരികയും, രണ്ടുപേർക്കും സ്വന്തം രക്തം നൽകുകയും, 'എന്താണ് നിന്റെ പേര്?' എന്ന് ഡോക്ടർ ചോദിച്ചതിന് പുഞ്ചിരിച്ചുകൊണ്ട് 'ഒ.പോസിറ്റീവ്' എന്നുമാത്രം ഉത്തരം നൽകി പടിയിറങ്ങിപ്പോവുകയും ചെയ്തു.

●

കറി

പോത്തുകൾ നടത്തുന്ന തട്ടുകടയിൽ മനുഷ്യക്കറി വിളമ്പുന്നുണ്ടെന്നറിഞ്ഞാണ് ചില പോത്തുകൾ അതിക്രമിച്ചുകയറിയത്. തങ്ങൾക്ക് പുല്ലും പിണ്ണാക്കും തരുന്ന മനുഷ്യനെ കറിയാക്കുന്നതിൽ പ്രതിഷേധിച്ച് മനുഷ്യക്കറി തന്നെയാണോ വിളമ്പുന്നതെന്നറിയാനായി കലത്തിനുള്ളിൽ തലയിട്ട് രുചിനോക്കിയ പോത്തുകളെല്ലാം തൽക്ഷണം ചോര ഛർദ്ദിച്ച് മരിച്ചുവീണു. കറിയിറ്റി വീണ നിലത്തെ പുല്ലുപോലും കരിഞ്ഞു പുകപാറി. ഇത്രയും വിഷം തീണ്ടിയ ഒരു സാധനമാണല്ലോ തങ്ങൾ കറിയാക്കിയതെന്ന് പശ്ചാത്തപിച്ച പോത്തുകൾ കറിക്കലം ഒരു കുറ്റിക്കാട്ടിലൊളിപ്പിച്ചു. എന്നാൽ കറിമണത്ത മനുഷ്യരെല്ലാം കലത്തിനരികിലേക്ക് പാഞ്ഞു. അത് നിങ്ങളുടെതന്നെ മാംസമാണെന്ന് പോത്തുകൾ വിളിച്ചു പറഞ്ഞെങ്കിലും ആര് കേൾക്കാൻ! മനുഷ്യരുടെ ചെവിയിൽ വേദമോതിയിട്ട് കാര്യമില്ലെന്ന പഴഞ്ചൊല്ല് പോത്തുകൾ വീണ്ടും ശരിവെച്ചു. സ്വന്തം വർഗത്തിന്റെ മാംസലഹരി തലയ്ക്ക്പിടിച്ച മനുഷ്യർ കറിക്കലത്തിനായി തമ്മിലടിയും കത്തിക്കുത്തുമായി നിലത്തുവീണു പിടയുന്നത് കണ്ട പോത്തുകൾ മൊത്തം ചിരിച്ചു കുഴഞ്ഞു.

മാത്രമല്ല, ഇപ്പഹയൻമാർ മുഴുവൻ ഇങ്ങനെ തമ്മിലടിച്ച് തീർന്നാൽ ബാക്കിയുള്ള പോത്തുകൾക്കും കോഴികൾക്കും പൂച്ചകൾക്കുമൊക്കെ സ്വസ്ഥമായി ഈ ഭൂമിയിൽ കഴിഞ്ഞുകൂടാമല്ലോയെന്നോർത്ത് സമാധാനിക്കുകയും ചെയ്തു.

●

ദേവയോഗം

നടപ്പുദീനം പിടിച്ച് അവന്റെ കെട്ടിയോൾ ചത്തു.
ഇനിയാരും ചാവാണ്ടിരിക്കാൻ മൂർത്തിക്ക് തേങ്ങയുടച്ചു.
അപ്പോഴും ദൈവം ചിരിച്ചു.
പശിയടങ്ങാതവന്റെ മോള് ചത്തു.
ഇനിയാരും ചാവാണ്ടിരിക്കാൻ മൂർത്തിക്ക് തേങ്ങയുടച്ചു.
അപ്പോഴും ദൈവം ചിരിച്ചു.
ബാക്കിവന്ന മകനോ മിന്നലേറ്റു.
പക്ഷേ–
ഇനിയാരും ചാവാനില്ലായിരുന്നു.
അതിനാലവൻ മൂർത്തിയുടെ മോത്തൊരു തുപ്പുകൊടുത്തു.
അപ്പോഴും ദൈവം ചിരിച്ചു.
കാരണം–
മുഖത്തെ ചിരി മാറ്റിപ്പണിയുംവരെ
ദൈവമെങ്ങിനെ ചിരിക്കാതിരിക്കും?

●

ദൂരെ, അരികെ

എന്റെ സങ്കൽപത്തിലുണ്ടായിരുന്ന ഭാര്യ അയൽക്കാരന്റെ ഭാര്യയായിരുന്നു. എന്റെ ഭാര്യ മരിച്ചപ്പോൾ, എന്റെ അയൽക്കാരനും മരിച്ചപ്പോൾ എന്റെ സങ്കൽപത്തിലുണ്ടായിരുന്ന അയൽക്കാരന്റെ ഭാര്യയെ ഞാൻ വിവാഹം കഴിച്ചു. വിവാഹശേഷം ഞാനവളോട് പറഞ്ഞു:

"വാസ്തവത്തിൽ എന്റെ സങ്കൽപത്തിലുണ്ടായിരുന്ന ഭാര്യ നീയായിരുന്നു..."

അപ്പോഴവൾ പറഞ്ഞു:

"അദ്ദേഹവും പറയുമായിരുന്നു അദ്ദേഹത്തിന്റെ സങ്കൽപത്തിലുണ്ടായിരുന്ന ഭാര്യ ഞാനായിരുന്നില്ലെന്ന്"

"പിന്നാരായിരുന്നു?"

അവൾ പുഞ്ചിരിച്ചു:

"ആ നിർഭാഗ്യത്തിൽനിന്നും നിങ്ങളുടെ ഭാര്യ രക്ഷപ്പെട്ടു"

●

വടി

വാസ്തവത്തിൽ എല്ലാം പ്രകൃതിപരമായാണ് നീങ്ങിയത്. പ്രായപൂർത്തിയായശേഷം ഞാൻ സമൂഹമധ്യത്തിലേക്കിറങ്ങി എന്റെ വീരകൃത്യങ്ങൾ തുടങ്ങി.

നല്ല കണ്ഠശുദ്ധിയും പ്രകൃതിപരമായ കഴിവുമുണ്ടായിരുന്നതിനാൽ ഞാൻ പാടാൻ തുടങ്ങി. ജനം എന്നെ മാലയിട്ടശേഷം പറഞ്ഞു:

"പഷ്ട്... നല്ല കുട്ടി"

എനിക്ക് നീന്തലിൽ നല്ല വശമുണ്ടായിരുന്നതിനാൽ, മുണ്ടോളിപ്പുഴയുടെ ചുഴിയിൽ വീണ ചാവാൻ തുടങ്ങിയ നാണക്കുട്ടന്റെ ജീവൻ ഞാൻ രക്ഷിച്ചു. ജനം എന്നെ കെട്ടിപ്പിടിച്ചു ചുംബിച്ചശേഷം പറഞ്ഞു:

"പഷ്ട്... നല്ല കുട്ടി"

വിശന്നുപൊരിഞ്ഞുവന്ന വൃദ്ധൻ ഒരു പിടി ചോറിനു യാചിച്ചു. ഉണ്ണാനിരുന്ന ഞാൻ പകുതിയെന്നല്ല; മുഴുവൻ ചോറും അയാൾക്ക് നൽകി. ജനം എന്നെ തോളിലേറ്റി ആനന്ദനൃത്തം ചെയ്തുപറഞ്ഞു:

"പഷ്ട്... നല്ല കുട്ടി"

അങ്ങനെയിരിക്കെ ഞാൻ തെക്കേലെ നാരായണിയുടെ മകൾ തങ്കമണിയുമായി ഇണചേർന്നു.

ജനം എന്നെ പിടികൂടി ഇടിച്ചു ചമ്മന്തിയാക്കിയശേഷം ഗർജ്ജിച്ചു:

"ഫ എരപ്പാളി... ഓടെടാ..."

ഞാൻ ഓടാൻ തുടങ്ങി. കുറുവടിയും കുന്തവും കല്ലുകളുമായി ജനം എന്റെ പിറകെ. ഒട്ടു ദൂരമോടിയപ്പോൾ വടിയേറ് നിന്നു. കല്ലേറു നിന്നു.

ഞാൻ തിരിഞ്ഞുനോക്കി.

ആരുമില്ല.

അപ്പോഴാണോർത്തത്:

എന്റെ തങ്കമണി നഗ്നയായിരുന്നുവല്ലോ!

●

ഹമ്പട ഞാനേ

എന്റെ പ്രതികരണശേഷി കണ്ടാൽ ഞാൻപോലും മൂക്കത്ത് വിരൽ വെച്ചുപോകും.

കുന്നിടിക്കുന്നവന്റെ മുന്നിലേക്ക് ഞാൻ പറന്നുചെല്ലും.

മണലൂറ്റുന്ന സംഘത്തിനരികിൽ കുതികുതിച്ചെത്തും.

കിളുന്തുപെണ്ണിനെ പീഡിപ്പിക്കുന്ന കാമച്ചെറ്റകൾക്ക് മുന്നിലേക്ക് കൊടുങ്കാറ്റിന്റെ വേഗതയിൽ...!

ജനക്കൂട്ടത്തെയെല്ലാം തള്ളിമാറ്റി ഞാൻ ഏറ്റവും മുന്നിലെത്തും.

ചാഞ്ഞും ചെരിഞ്ഞും നിവർന്നും,

ഒറ്റയൊരുത്തനും പുറത്താകാത്തവിധം ഒരു ഫ്രെയിമിൽ കുടുക്കും.

ഒരു ഞൊടി കൊണ്ടാണവ വാട്സ്ആപ്പിലിടുക.

പിന്നെയങ്ങോട്ട് വൈറലാ വൈറൽ...!

●

കാഴ്ച

പുറത്താരോ നിലവിളിക്കുന്നു. വീടിനേക്കാളുയരത്തിൽ മതിലും മതിലിനേക്കാളുയരത്തിൽ ഗേറ്റുമായതിനാൽ പുറംകാഴ്ചകൾ കാണാനുണ്ടാക്കിയ ചെറുസുഷിരത്തിലൂടെ ഞാൻ പുറത്തേക്ക് നോക്കി.

വിജനമായ റോഡിൽ യുവാവും യുവതിയും മൽപ്പിടുത്തത്തിലാണ്. ഒറ്റയ്ക്കായിരുന്നിട്ടും കഴിയുന്നത്ര ശക്തമായി യുവതി ചെറുത്തു നിൽക്കുന്നുണ്ട്. പിടിവലിക്കിടയിൽ അവളുടെ കഴുത്തിലെ കനമുള്ള സ്വർണ്ണത്താലി പൊട്ടി റോഡിലേക്ക് തെറിച്ചുവീണതൊന്നും കാമാർത്തനായ യുവാവ് ശ്രദ്ധിച്ചതേയില്ല. കുതറിയും പിടഞ്ഞും ഒടുവിൽ യുവതിയുടെ ശക്തിചോർന്നു. അവളെ പൊക്കിയെടുത്ത് യുവാവ് അടുത്തുള്ള കെട്ടിടത്തിന് പിറകിൽ മറഞ്ഞു.

ഉടലാകെ പെരുത്ത ഞാൻ ഗേറ്റ്തുറന്ന് പുറത്തേക്കു കുതിച്ചു.

ഭാഗ്യം, വിജനമായ വീഥിയിലേക്കാരും വരാതിരുന്നതിനാൽ കൊളുത്തു പൊട്ടിവീണ സ്വർണ്ണമാല അപ്പോഴും എന്നെ നോക്കി ചിരിക്കുന്നുണ്ട്.

●

സ്പീഡ്

കക്ഷി അപസ്മാരമിളകിയപോലെ ഉടലാകെ വിറപ്പിച്ച് ആദ്യമൊന്ന് കുക്കി. പിന്നെ കൂടെവന്ന സുഹൃത്തിനെ തള്ളിമാറ്റി. അലർച്ചയോടെ മുഷ്ടിചുരുട്ടി സെക്ഷൻക്ലാർക്കിന്റെ മുഖംനോക്കി ഒരു കുത്തുകൊടുത്തു.

സാർജന്റ് പാഞ്ഞുവന്നു. അയാൾക്കിട്ടും കിട്ടി ഒന്ന്. പിന്നെ ഒരു നായാട്ടായിരുന്നു. മുന്നിൽ കണ്ടതൊക്കെ ചവുട്ടിത്തെറിപ്പിച്ചു. ലക്ഷങ്ങൾ വിലമതിക്കുന്ന കൗണ്ടറിന്റെ ചില്ലുകൂടാകെ അടിച്ചുതകർത്തു.

അധികാരിയുടെ ക്യാബിനിലേക്ക് പറക്കുന്നതിനു മുമ്പ് സെക്യൂരിറ്റിക്കാർ പിടിച്ചു.

"വേഗം പോലീസിനെ വിളിക്ക്...ഭ്രാന്ത് മൂത്തതാ"

"അതിനേക്കാൾ നല്ലത് കുതിരവട്ടത്തേക്ക് കൊണ്ടുപോവുന്നതാ..."

അധികാരി മൊബൈൽ ഞെക്കി.

ഓഫീസ്ജീപ്പ് പറന്നെത്തി.

അകമ്പടി പോകാനായി സെക്യൂരിറ്റിക്കാർ അരയുംതലയും മുറുക്കി തയ്യാറായി.

കുതറുന്നപക്ഷം കെട്ടിയിടാനായി ഒരു കയറുമായി ശിപായി ഓടിയെത്തി.

കക്ഷിയുടെ കൂടെവന്ന സുഹൃത്ത് എല്ലാവരോടുമായി പറഞ്ഞു:

"ഇയാൾടെ കാര്യത്തിൽ ഇത്രയും സ്പീഡ് മുൻപേ കാട്ടിയിരുന്നെങ്കി ഇയാൾക്കീ ഗതി വരില്ലായിരുന്നു."

"അതെന്താ?"

"ഇവിടെ ഒരു ഫയലിനുപിറകെ നടന്നുനടന്ന് ഇയാൾക്ക് പ്രാന്തായിപ്പോയതാ..."

●

വിടവ്

മുപ്പതുവർഷത്തെ സേവനത്തിനുശേഷം പിരിയുകയാണ് മേലധികാരി. യാത്രയയപ്പുസൽക്കാരം ഗംഭീരമായി.

വിഷാദനിർഭരമാണ് പ്രസംഗം.

സഹപ്രവർത്തകനായ ഒരു അധികാരി പറഞ്ഞു:

"നികത്താനാവാത്ത വിടവാണിത്... എങ്കിലും വിടപറയൽ ഒരനിവാര്യതയാണല്ലോ... സേവനരംഗത്തെ ഈ യോദ്ധാവിന് സർവ്വൈശ്വര്യങ്ങളും നേരുന്നു..."

മറ്റൊരു അധികാരി കരഞ്ഞുപോവുമെന്ന് തോന്നി:

"സേവനരംഗത്ത് ഒരു പ്രകാശനാളമണയുന്നു... ഓഫീസ് പെട്ടെന്ന് ഇരുളിലായതുപോലെ തോന്നുകയാണ്... ഇതുപോലൊരു പ്രകാശനാളം ഇനിയാർക്കെങ്കിലും കൊളുത്താൻ കഴിയുമോയെന്ന് സംശയമാണ്..."

വകുപ്പു മേധാവി വിതുമ്പലോടെ:

"സേവനരംഗത്തെ ഈ അമൂല്യമുത്തിന് ദീർഘായുസ്സ് നേരുന്നു... അതോടൊപ്പം ഈ ഓഫീസിന്റെ വക ഒരു ഉപഹാരം ഞങ്ങൾ നൽകുകയാണ്..."

വെങ്കലത്തിൽ പണിതീർത്ത നീതിയുടെ പ്രതീകമായ കൂറ്റൻ തുലാസ് നൽകവേ, ക്യാമറക്കണ്ണുകൾ തുരുതുരാ മിന്നി.

പെട്ടെന്നാണ് സദസ്യരെ പകുത്തുകൊണ്ട്, താടിയും മുടിയും നീണ്ട, വൃത്തികുറഞ്ഞ ഒരു മെലിഞ്ഞ മനുഷ്യൻ സ്റ്റേജിലേക്ക് പാഞ്ഞുവന്നത്.

അയാൾ മൈക്ക് കൈയിലെടുത്തു:

"സുഹൃത്തുക്കളെ... ഇതോടൊപ്പം എന്റെ വക രണ്ട് ഉപഹാരങ്ങൾ കൂടി ഇദ്ദേഹത്തിന് സമർപിക്കുന്നു... വർഷങ്ങൾക്കുമുൻപ് ഇദ്ദേഹം ചാർജ്ജെടുത്തകാലത്ത് എന്റെ ഒരു ഫയൽ ശരിയാക്കുന്നതിന് ഈ ഓഫീസിലേക്ക് വരാനായി ഞാൻ വാങ്ങിയ രണ്ട് അമൂല്യ

ഉപഹാരങ്ങളാണിത്... സ്വീകരിച്ചാലും..."

ഒരു നീണ്ട പൊതി മേശപ്പുറത്തുവെച്ച് ആഗതൻ അപ്രത്യക്ഷനായി.

വെയിലേറ്റു നരച്ച ഒരു കുടയും തേഞ്ഞുതീരാറായ ഒരു ജോഡി ചെരിപ്പുമാണ് പിന്നെ പ്രസംഗിച്ചത്.

●

അക്കൗണ്ട്

പുഴുതിന്ന പല്ലുകൾ ദന്തിസ്റ്റ് പിഴുതെറിഞ്ഞപ്പോൾ
വേദന പോയി.
വെപ്പുപല്ലുകൊണ്ട് ഇറച്ചിപോലും ചവയ്ക്കാമെന്നായി.
അറ്റാക്ക് വന്നപ്പോൾ, ബൈപ്പാസ് ചെയ്തപ്പോൾ,
കാർഡിയോളജിസ്റ്റും തോളിൽത്തട്ടി:
"അരമണി വൈകിയെങ്കിൽ കഥകഴിഞ്ഞേനെ..."
കാറിടിച്ച് തല പൊട്ടിച്ചിതറിയപ്പോൾ,
സെല്ലുകൾ ഇഴപിരിച്ചും
ചത്തവ മാറ്റിയും കെട്ടിക്കൂട്ടിയും
ആള് തിരിച്ചെത്തി.
ഒടുവിലൊരു തൊണ്ണൂറിൽ കഥകഴിഞ്ഞപ്പോൾ,
സർവ്വരും തലകുലുക്കി:
"ദൈവകൃപകൊണ്ടിത്രയുമൊത്തു കിട്ടി,
പഹയന് ദീർഘായുസ്സല്ലേ"

●

ലാഭം

നേതാവിന്റെ അതേ മീശയും ചിരിയുമായിരുന്നു ക്വട്ടേഷൻ തലവനും. പരസ്പരം അഭിമുഖമായിരുന്ന് ഡീൽ പറയുന്നതുവരെ ചെറിയ ചില നെഗോസിയേഷനൊക്കെ നടന്നു.

“തലയ്ക്ക് ഒരു ലക്ഷം മസ്റ്റാ നേതാവേ...കൈകാലുകൾ ഓരോന്നിനും ഇരുപതിനായിരം വെച്ച് വേണം... ചതയ്ക്കാൻ മാത്രമാണെങ്കിൽ പതിനായിരം മതി...”

“ചതച്ചാൽ പോരാ. തലപോണം... എന്നാലും എന്തെങ്കിലും ഒരു കിഴിവ്?”

“ഇതൊര് തൊഴില് മാത്രമല്ല... ബിസിനസ്സും കൂട്യാ...അപ്പോ അതിന്റെ ലാഭോം വരണ്ടേ ആശാനേ?... ന്നാലും ഒരു മനുഷ്യത്വമൊക്കെ വേണല്ലോ... അതോണ്ട്. ഒരു തൊണ്ണൂറിലൊറപ്പിക്ക്യാം”

“എന്നാലങ്ങനെ...”

നേതാവ് പൊതി നീട്ടി. തലവൻ വാങ്ങി നെറുകയിൽ തൊട്ടുവിച്ചു.

“ഒരാഴ്ചക്കുള്ളില് നടക്കും നേതാവേ.”

പക്ഷേ ഒരാഴ്ച കഴിഞ്ഞിട്ടും തലവെട്ടാതെ ഗുണ്ടാത്തലവൻ അതേ പണപ്പൊതിയുമായി വീണ്ടും നേതാവിനു മുന്നിൽ.

“നീ വെട്ടിയില്ല അല്ലേ?”

“അത് നടക്കൂല നേതാവേ”

“ങും?”

“അയാളെന്നെ ഇങ്ങോട്ടുവന്നു കണ്ടു... നേതാവിന്റെ തലയ്ക്ക് രണ്ടുലക്ഷം റൊക്കം ഇങ്ങോട്ടുതന്നു... ഇതൊരു ബിസിനസ്സല്ലേ ആശാനേ?. ആശാനീ പൈസ മടക്കിവാങ്ങണം...”

“അതൊക്കൂല...ഒരാഴ്ചയോളം എന്റെ തൊണ്ണൂറായിരം കൈയിൽ വെച്ച് നടന്നതല്ലേ? അതിനെനിക്കും വേണ്ടേ ഒരു ലാഭം.?”

“അത് ന്യായം...ഇതാ പത്തുംകൂട്ടി ഒന്നു മുഴുവനുമുണ്ട്”

നേതാവ് പണം വാങ്ങി.

ഗുണ്ടാത്തലവൻ വടിവാൾ വീശി.
തലയറ്റു വീണിട്ടും നേതാവിന് വിഷമമുണ്ടായില്ല.
തല പോയാലെന്ത്, പതിനായിരമല്ലേ ലാഭം?

●

ഇരുതലമൂരി

സ്ത്രീ പീഡനങ്ങളുടെ അതിവർഷകാലത്ത് സേഫ്റ്റിപിൻ, മുള്ളുള്ള ചെരിപ്പ്, മർമ്മക്കത്തി തുടങ്ങിയ പ്രതിരോധമാർഗ്ഗങ്ങളെല്ലാം നിഷ്ഫലമായിക്കൊണ്ടിരിക്കെ, പുരുഷന്റെ ലൈംഗികാക്രമണങ്ങൾക്കെതിരെ ഫലവത്തായ മറ്റേതെങ്കിലും മാർഗ്ഗങ്ങൾക്കായി പല താളിയോലകളും തിരഞ്ഞുകൊണ്ടേയിരുന്നു പ്രമുഖ ഫെമിനിസ്റ്റ് സംഘടനയുടെ നേതാവായ ശ്രീമതി സൂസൻ. ഒരിക്കൽ ആകസ്മികമായാണ് ചില പ്രതിരോധമാർഗ്ഗങ്ങളെക്കുറിച്ചുള്ള സൂചനകൾ പ്രമുഖ നരവംശശാസ്ത്രജ്ഞനായ ഡോ: ഡെസ്മണ്ട് മോറീസിന്റെ “നഗ്നവാനരൻ” എന്ന കൃതിയിൽ നിന്നും സൂസന് ലഭിച്ചത്. പക്ഷേ അതിൽ പ്രതിപാദിച്ച, വിവാഹത്തിന് മുൻപ് യോനീദലങ്ങൾ പച്ചക്ക് തുന്നിക്കൂട്ടുകയും വിവാഹശേഷം തുന്നുകൾ വേർപെടുത്തുകയും ചെയ്യുന്ന പുരാതനകാലത്തെ വേദനാജനകമായ പ്രതിരോധതന്ത്രം അവർക്ക് അസ്വീകാര്യമായിത്തോന്നി. എന്നാൽ പതിനഞ്ചാം നൂറ്റാണ്ടുമുതലേ നടപ്പുണ്ടായിരുന്ന ‘ചാസ്റ്റിറ്റിബെൽറ്റ്’” എന്ന ചാരിത്രപ്പട്ട യോനീസംരക്ഷണം തീർത്തും സാധ്യമാക്കുന്നുണ്ടെന്നവർ കണ്ടെത്തി. അരയിൽ ധരിക്കുന്ന, ശാരീരിക വിസർജ്ജ്യങ്ങൾ പുറത്തുകളയുന്നതിനുമാത്രം അതാതിടത്ത് ദ്വാരങ്ങളോടുകൂടിയ ഒരു ലോഹകവചമാണത്.

ഗൂഗിളിലെ സൈറ്റുകളിൽ നൂറുകണക്കിന് ചാസ്റ്റിറ്റിബെൽറ്റുകളുടെ പൂർവ്വമാതൃകകൾകൂടി കണ്ടതോടെ ഇത്തരം പ്രതിരോധതന്ത്രങ്ങൾ നൂറ്റാണ്ടുകൾക്കുമുൻപുപോലും സ്ത്രീവർഗ്ഗത്തിന് സ്വീകരിക്കേണ്ടിവന്നുവല്ലോ എന്ന യാഥാർത്ഥ്യം ശ്രീമതി സൂസനെ അത്ഭുതത്തിലും അമർഷത്തിലുമാഴ്ത്തി.

മേൽപറഞ്ഞ ചാസ്റ്റിറ്റിബെൽറ്റിൽ ചില മാറ്റങ്ങൾവരുത്തി നിർമ്മിച്ച് സംഘടനാതലത്തിൽ കേരളം മുഴുവൻ വിറ്റഴിക്കാൻ അവർ തീരുമാനിച്ചു. മുന്നിലും പിന്നിലും അരഭാഗം മുഴുവൻ മൂടുന്നതരത്തിൽ ഒരു ഇരുമ്പുകവചമുണ്ടാക്കി അതിനൊരു പൂട്ടും ഇരയ്ക്ക് മാത്രം തുറക്കാൻ

കഴിയുന്ന താക്കോലും ഘടിപ്പിച്ചുള്ള ഒരു നൂതന ഡിസൈൻ അവർ തയാറാക്കി. നഗരത്തിലെ ഇന്റസ്ട്രിയലിൽനിന്നും പരീക്ഷണാടിസ്ഥാനത്തിൽ ആദ്യം ആയിരം ചാസ്റ്റിറ്റി ബെൽറ്റുകൾ നിർമ്മിച്ച് മാർക്കറ്റിലിറക്കി. ബെൽറ്റിറങ്ങിയ ആദ്യത്തെ ആഴ്ചയിൽത്തന്നെ കേരളത്തിന്റെ വിവിധഭാഗങ്ങളിൽ നിന്നായി ലക്ഷക്കണക്കിന് ഓർഡറുകളാണ് സൂസന് ലഭിച്ചത്. എന്നാൽ ചാരിത്രപ്പട്ട ധരിച്ചിറങ്ങിയ വനിതകളുടെ അത്യാഹ്ളാദവും ധൈര്യവും രണ്ടാഴ്ചപോലും നീണ്ടുനിന്നില്ല. മാധ്യമങ്ങളിൽ ചാസ്റ്റിറ്റിബെൽറ്റ് ധരിച്ചിറങ്ങിയിട്ടും പീഡനത്തിനിരയായ നൂറുകണക്കിന് പെൺകുട്ടികളെക്കുറിച്ചുള്ള വാർത്ത വന്നപ്പോൾ സൂസൻ വാ പൊളിച്ചുനിന്നുപോയി.

ഇന്റസ്ട്രിയലുകാരൻ ചാരിത്രപ്പട്ടയുടെ നിർമ്മാണവേളയിൽ ആയിരക്കണക്കിന് ഡ്യൂപ്ളിക്കേറ്റ് കീകളും അടിച്ചുവെച്ച കാര്യം അവരറിഞ്ഞോ എന്തോ.!

●

കോൺസെൻട്രേഷൻ

രാത്രി!

മാസങ്ങൾക്കുശേഷമുള്ള ഭർത്താവിന്റെ സ്നേഹവായ്പിൽ, ശക്തമായ കരലാളനകളിൽ അവൾ ഹർഷപുളകിതയും അത്ഭുതചിത്തയുമായി.

തന്റെ അത്ഭുതം അവൾ മറച്ചുവെച്ചുമില്ല.

"എന്തേ പതിവില്ലാതെ ഒരുൻമാദം?"

മിഴി തീർത്തും ചിമ്മിക്കൊണ്ട് അവളെ തലോടിക്കൊണ്ടിരുന്ന അയാൾ അലോസരത്തോടെ മന്ത്രിച്ചു:

"ഛേ...എന്റെ കോൺസെൻട്രേഷൻ തെറ്റിക്കാതെ..."

അയാളുടെ ഏകാഗ്രതയോടെയുള്ള രതിതന്ത്രങ്ങളെ തടസ്സപ്പെടുത്താതെ, സന്തോഷത്തോടെ പാവം അവൾ മൗനിയായി.

സഹപ്രവർത്തകയുടെ ശാരീരികവടിവുകളെ മനസ്സിലേക്കാവാഹിക്കുക എന്ന ശ്രമകരമായ യജ്ഞത്തിൽ, ഏകാഗ്രതയോടെ അയാളും!

●

രോഗിയുടെ ഡോക്ടറുടെ രോഗിയുടെ ഡോക്ടർ

ആഡ്‌ലറും യുങ്ങും കക്ഷത്തടുക്കിയ രോഗി മനഃശാസ്ത്രജ്ഞന്റെ മുറിയിലേക്ക് കടന്നു.

തിരിഞ്ഞുകൊത്താൻ ഭാവിക്കുന്ന പാമ്പിനെപ്പോലെ സ്റ്റെത സ്കോപ് മേശപ്പുറത്ത് പതുങ്ങിക്കിടന്നു.

വട്ടത്താടി ചൊറിഞ്ഞ് ഡോക്ടർ കസേര ചൂണ്ടി:

"ഇരിക്കൂ"

"ഡോക്ടർ...ഈയിടെയായി എനിക്ക് ചില ഫോബിയകൾ..."

"ങേ?"

"തുറസ്സായ സ്ഥലത്തുകൂടി നടക്കുമ്പോൾ ആകെ ഭീതി...എവിടെ യും തൂണുകളില്ലാത്ത ആകാശം ആകെ പൊരിഞ്ഞ് എന്റെ തലയിൽ വീണ് കാറ്റുപോയാലോ എന്നുതോന്നും...ചിലപ്പോൾ കത്തുന്ന സൂര്യൻ വേരറ്റ് എന്റെ തലയിൽത്തന്നെ കൃത്യം വീഴുമെന്ന്... അതല്ലെ ങ്കിൽ വഴിയരികിലെ തെങ്ങുകൾ ഭീമൻസർപ്പങ്ങളായി തലതാഴ്ത്തി എന്റെ കഴുത്തിൽ ചുരുണ്ടുകളയുമെന്ന്..."

"ഈ രോഗം..."

രോഗി തടഞ്ഞു:

"അറിയാം ഡോക്ടർ... ലക്ഷണംവെച്ചു നോക്കിയിട്ട് ഈ രോഗം അഗോറാഫോബിയ ആകാനാണ് സാധ്യത... യുക്തിവിരുദ്ധമായ ഭയം എന്നാണ് മനഃശാസ്ത്രമതം... അതല്ലെങ്കിൽ പാരനോയ്ഡ് സ്കിസോഫ്രീനിയതന്നെ... അതായത് മിഥ്യാവബോധം..."

ഡോക്ടറുടെ കണ്ണുകൾ തുറിച്ചു:

"ഇത്-"

"അറിയാം ഡോക്ടർ... ഇതൊരു ന്യൂറോസിസായതിനാൽ പാര മ്പര്യഘടകങ്ങളും ബാല്യകാലാനുഭവങ്ങളും ഈ രോഗത്തിന്റെ ഉത്ഭവത്തിന് കാരണമാവാമെന്നല്ലേ ഡോക്ടർ പറയാൻ വരുന്നത്?"

“ഇതിന്-”

“അതെയതേ ഡോക്ടർ... ആത്മാവബോധം വളർത്തുന്നതരത്തിൽ ഒരു ബിഹേവിയർതെറാപ്പിതന്നെ വേണ്ടിവരും... അതായത്-”

“ഏയ് മിസ്റ്റർ നിങ്ങൾ-”

ഡോക്ടറുടെ വാക്കുകൾ മുറിഞ്ഞു. ഉടലാകെ വിയർത്തു. തൊണ്ട വരണ്ടു.

രോഗി ഡോക്ടറെ തുറിച്ചുനോക്കി:

“എന്താ ഡോക്ടർ താങ്കൾ അമിതമായി വിയർക്കുന്നുവല്ലോ? താങ്കൾ വല്ലാതെ വിക്കുകയും ചെയ്യുന്നു... സൂക്ഷിക്കണം... ഇതൊരു പക്ഷേ അഗ്രമാറ്റിസത്തിന്റെ തുടക്കമാവാം... അതെ... വാക്കുകൾ സ്പഷ്ടമായി ഉച്ചരിക്കാൻ കഴിയാതെവരുന്ന അവസ്ഥ... വിശദമായി പരിശോധിക്കണം...”

ഡോക്ടർ കസേരയിലോട്ട് മറിഞ്ഞു.

രോഗി ചാടിയെഴുന്നേറ്റ് മേശപ്പുറത്തെ സ്റ്റെതസ്കോപ്പെടുത്ത് ചെവിയിൽ തിരുകിയശേഷം ഡോക്ടറെ പരിശോധിച്ചുതുടങ്ങി.

●

ഡോക്ടർ അമൽ മൂത്തോർജി

"പല്ല് പറിക്കാനുണ്ടോ?"

വീടിന്റെ ഗേറ്റിന് പുറത്ത് എക്സിക്യൂട്ടീവ് വേഷത്തിൽ ഒരു പയ്യൻ. ഒരു നിലവിളിപോലെ ദയനീയമാണവന്റെ ചോദ്യം.

"സാറേ പല്ലുപറിക്കാനുണ്ടോ?"

ഇതെന്തു കഥ?

തെങ്ങിനു കമ്പികെട്ടാനുണ്ടോ, കുടനന്നാക്കാനുണ്ടോ, കത്തി മൂർച്ചകൂട്ടാനുണ്ടോ എന്നൊക്കെ പറഞ്ഞു വരാറുണ്ട്. കക്ഷം വടിക്കില്ലെങ്കിലും ഏർപ്പാടാക്കിയാൽ മാസത്തിൽ ബാർബറും വരും. ക്ലിനിക്കിലല്ലാതെ പല്ലുപറിക്കാൻ ആഴ്ചച്ചന്തയിൽ പണ്ട് എട്ടാംക്ലാസുകാരനൊരു ഇബ്രാഹിംകുട്ടിയും വരാറുണ്ടായിരുന്നു. ഒരു കൊടിലും പഞ്ഞിയും സ്പിരിറ്റും വെച്ചായിരുന്നു അവന്റെ കളി. ഇതിപ്പോൾ...?

"സാറേ ഏത് പല്ലും പറിച്ചുതരാം... പകരം പല്ലും വെച്ചുതരാം... ഇന്ത്യനും ഫോറിനുമുണ്ട്. നോ പെയിൻ... നോ ടൈം വെയ്സ്റ്റ്... കുറഞ്ഞ കൂലിയും മതി."

എന്റെ ഒരു പല്ലിനും കേടില്ല. എങ്കിലും പയ്യന്റെ മുന്നിൽ കൗതുകം മറച്ചില്ല.

"ഇതെന്താ മോനെ മൊബൈൽ പല്ലുപറി?... നീ പാരമ്പര്യ പല്ലുപറിയനാണോ?"

അവൻ ഗേറ്റ് തുറന്ന് മുറ്റത്തെത്തി. കയ്യിലെ സൂട്ട്കേസ് സിറ്റൗട്ടിലെ ടീപ്പോയിമേൽവെച്ച് തുറന്നും കാട്ടി.

എല്ലാം അത്യന്താധുനികം. വെപ്പുപല്ലിന്റെ അച്ചും മോഡൽ പോലുമുണ്ട്!

"സാറേ ഞാൻ ബീഡീയെസും പീജിയും കഴിഞ്ഞിറങ്ങിയതാ... ഡോക്ടർ അമൽ മൂത്തോർജി"

എന്റമ്മോ...!

ഞാൻ വാ പൊളിച്ചുപോയി. പല്ലുപറിയിൽ പി.ജി. കഴിഞ്ഞതോർത്തല്ല; നാട്ടുമക്കൾ മുഴുവൻ ഡോക്ടർമാരും

എഞ്ചിനിയർമാരുമായിക്കൊണ്ടിരിക്കുകയാണല്ലോ. പക്ഷേ ദന്ത ഡോക്ടറിങ്ങനെ സൂട്ട്കേസും തൂക്കി തെങ്ങിന് കമ്പി കെട്ടാനുണ്ടോ എന്ന മട്ടിൽ വന്നതിലാണത്ഭുതം.

പയ്യൻ ചിരിച്ചു:

"കാര്യം മനസ്സിലായി സാറേ... വേറെ ഗതിയില്ല... ഡോക്ടർമാരെയും എഞ്ചിനിയർമാരെയും തടഞ്ഞിട്ടിപ്പോൾ നാട്ടുകാർക്ക് വഴിനടക്കാൻ പറ്റാത്ത സ്ഥിതിയാണല്ലോ... സാറേ മുക്കിന് മുക്കിന് ക്ലിനിക്കിട്ടാൽ ഈച്ചയാട്ടേണ്ടിവരും... മണിപ്പാൽ കോളേജിൽ മുടക്കിയ മുതലൊക്കെ തിരിച്ചുകിട്ടണ്ടേ?... അതാ പെട്ടെന്നിറങ്ങിയത്..."

എനിക്ക് കാര്യം ബോധ്യമായെന്നറിഞ്ഞപ്പോൾ അവൻ അടക്കം പറഞ്ഞു:

"എനിക്ക് പിറകെ എംബിബിഎസ്... എംആർസിപി ലണ്ടൻകാരും ഹോമിയോ ആയുർവേദസിദ്ധക്കാരുമൊക്കെ ജാഥയായി വരാൻ സാധ്യതയുണ്ട്... യോഗ്യതയില്ലെങ്കിലും അവൻമാരെങ്ങാനും പല്ലുംകൂടി പറിക്കാൻ തുടങ്ങിയാൽ ഞാൻ പട്ടിണിയാവും അതാ മുൻപേ പെട്ടിയും തൂക്കി ഇറങ്ങിയത്..."

എന്റേയും കുടുംബത്തിന്റേയും പല്ലുകൾ ഭദ്രമാണെന്നറിഞ്ഞപ്പോൾ അവൻ നിരാശതയോടെ സ്യൂട്ട് കേസും തൂക്കി പോകാൻ തുനിഞ്ഞു.

പെട്ടെന്നാണ് "ധിക്" ഒച്ചയിൽ ഒരുണക്കത്തേങ്ങ മുകളിൽ നിന്ന് മുറ്റത്ത് വീണത്. പയ്യൻ ചാടിയൊഴിഞ്ഞു. ഞാൻ തെങ്ങിനു മുകളിലേക്ക് കണ്ണോടിച്ചു:

"നാലുമാസമായി വലിച്ചിട്ടില്ല മോനെ... ഒണക്കത്തേങ്ങ തിങ്ങിക്കിടപ്പാ... എന്തുചെയ്യാനാ... സ്ഥിരം തേങ്ങ വലിക്കാറുള്ള ആ മൂത്തോറനാണെങ്കിൽ കഴിഞ്ഞമാസം മരിച്ചു... അവന്റെ മോനിപ്പോൾ തേങ്ങ പറിക്കാൻ പോവുന്നുണ്ടോന്നാർക്കറിയാം..."

"അവൻ തേങ്ങ പറിക്കാൻ പോവുന്നില്ല സാറേ"

"അത് നിനക്കെങ്ങിനെ അറിയാം?"

"ആ മൂത്തോറന്റെ മോനാ സാറേ ഞാൻ... ഡോക്ടർ അമൽ മൂത്തോർജി..."

ഗേറ്റു കടന്ന് പയ്യൻ അടുത്ത വീട്ടിലേക്ക് തിരക്കിട്ട് നടക്കുകയാണ്. പിന്നിലെ റോഡിലേക്ക് ഇടക്കിടെ തിരിഞ്ഞു നോക്കുന്നുമുണ്ട്. ഞാൻ വീണ്ടും എന്റെ തെങ്ങിന്റെ മുകളിലേക്ക് കണ്ണോടിച്ചു:

-ഇനിയിപ്പോൾ ഉണക്കത്തേങ്ങ മണ്ടയിൽ വീണ് ആരെങ്കിലും കായുന്നതിനുമുൻപ് തെങ്ങ് മുറിച്ചുകളയുന്നതായിരിക്കും നല്ലത്!

●

കൊലവെറി

കേന്ദ്രത്തിൽനിന്നും മലയാളത്തിന് ക്ലാസിക്കൽ പദവി നേടിയെടുക്കുന്നതിനുള്ള അഖണ്ഡയജ്ഞങ്ങൾക്കും, സർക്കാർ ജോലിക്ക് മലയാള ഭാഷാപരിജ്ഞാനം അനിവാര്യയോഗ്യതയാക്കണമെന്ന സംസ്ഥാന സാംസ്ക്കാരിക സമിതിയുടെ നിർദ്ദേശങ്ങൾക്കുമിടയിലാണ് കേരളപ്പിറവിദിനം വന്നണഞ്ഞത്. ശ്രേഷ്ഠഭാഷാ പദവിക്കുവേണ്ടിയുള്ള സിംപോസിയങ്ങൾ, നിവേദനങ്ങൾ ചുറ്റും തുടിമുഴക്കുന്നതിനാൽ ഭാഷോൻമാദലഹരിയിലായിരുന്നു നഗരസഭാ ജീവനക്കാരും.

ഓഫീസ് അങ്കണത്തിൽ കെട്ടിയ സ്റ്റേജിൽ ഉപവിഷ്ടരായ വകുപ്പുതലവൻമാരും സദസ്സിലെ ഉദ്യോഗസ്ഥവൃന്ദവും വേഷത്തിലൊട്ടും പതിവു തെറ്റിച്ചിട്ടില്ല. അലമാരയിൽ നിധിപോലെ വർഷാവർഷം കുറമിഠായി വെച്ച് സൂക്ഷിച്ച ഉടയാടകൾ ഒട്ടും മങ്ങിയിട്ടില്ല. മഹിളാമണികൾ ചന്ദനനിറമാർന്ന കേരളാ സാരിയും ബോർഡർവെച്ച ബ്ളൗസും!

മഹിളൻമാർ വെള്ള ഖദർ ജൂബ്ബായും മുണ്ടും!

വേഷം കണ്ടാലാരും 'കേരളമെന്ന പേരുകേട്ടാലഭിമാനപൂരിതമാകണമന്തരംഗ'മെന്ന മുദ്രാവാക്യം വിളിച്ചുപോവും. പോരാ എ.ആർ. രാജരാജവർമ്മതന്നെ കുഴിമാടത്തിൽനിന്നെഴുന്നേറ്റുവന്ന് ഒരു ലീലാതിലകവുമണിയിക്കും.

ചടങ്ങാരംഭിച്ചു.

വന്ദേമാതരം പാടിയത് റവന്യൂ ഓഫീസർ സുജാതയുടെ സി.ബി.എസ്.ഇ.പ്ളസ് വണ്ണിനുശേഷം അമേരിക്കയിൽ മൈക്രോബയോളജിക്ക് സീറ്റുകിട്ടിയ മകളാണ്. സംഗതിയൊന്നും വന്നില്ലെങ്കിലും ശാരീരം ഗംഭീരം.

അനന്തരം ഡെപ്യൂട്ടി സെക്രട്ടറിയുടെ മരുമകളും അതേ ഓഫീസിൽ ഓവർസിയറുമായ സുന്ദരിക്കുട്ടി കേരളപ്പിറവി

ആഘോഷമായതിനാൽ മലയാളഭാഷയെ ക്ലാസിക്കൽ ചെയറിലേക്കിരുത്തേണ്ടുന്നതിന്റെ പ്രസക്തി വിവരിച്ചു. ആഴ്ചയിലൊരിക്കൽ ഫ്ളാറ്റിനടുത്തുള്ള പ്രാദേശിക ചാനൽസ്റ്റുഡിയോയിൽ ആങ്കറായി പോവുന്നതിനാൽ മോഹനമായൊരു കിളിക്കൊഞ്ചൽ പോലെ കർണ്ണാനന്ദകരം പ്രസംഗം:

"നമ്മുടെ പെറ്റമ്മയാകുന്ന മലയാലം. മലയാലഭാശയ്ക്കി സ്രേസ്ഠഭാശാ പഥവി നേടിയെടുക്കുന്നതിനായുള്ള എല്ലാ യഞ്ഞവും നടത്തുമെന്ന പ്രതിഞ്ഞയും ഈയവസരത്തിൽ നമുക്കെടുക്കാം..."

യോഗശേഷം ചേംബറിലെത്തിയ സെക്രട്ടറിയെ കാത്ത് ജില്ലാ കലക്ടറുടെ ശിപായി നിൽക്കുന്നു. കലക്ടറുടെ ഉത്തരവ് സെക്രട്ടറി ഒപ്പിട്ടുവാങ്ങി.

കോടതി ഉത്തരവുകൾപോലും മലയാളത്തിലാക്കണമെന്ന നിർദ്ദേശം വന്ന സാഹചര്യത്തിൽ നമ്മൾ ഈ വർഷത്തെ കേരളപ്പിറവിദിനം മുതൽ എല്ലാ വകുപ്പുകളിലെ എല്ലാ സെക്ഷനുകളിലെയും ഫയലുകൾ മലയാളത്തിൽ കൈകാര്യം ചെയ്തു തുടങ്ങണമെന്ന അഭ്യർത്ഥനയാണ് ഉള്ളടക്കം.

ഈ നോട്ട് ഇന്നുതന്നെ ജീവനക്കാർക്കിടയിൽ സർക്കുലേറ്റ് ചെയ്യുന്നതാണ് ഏറ്റവും ഉചിതമെന്ന് കരുതി സെക്രട്ടറി ഉത്തരവിനുതാഴെ ആവേശത്തോടെ കീഴെഴുതിട്ടു:

"Copy circulated to all heads of departments and all clerks for information and necessary action..."

●

കുബേർ കുഞ്ചി

മാനാഞ്ചിറയിലെ ഫുട്പാത്തിൽവെച്ചാണ് അവനെന്നെ പിടികൂടിയത്. മുന്നിൽ വിരിച്ചിട്ട പ്ളാസ്റ്റിക് ഷീറ്റ് നിറയെ വരിവരിയായി വെച്ചിരിക്കുകയാണ് കടുംനിറമുള്ള കല്ലുകൾ പതിച്ച മോതിരങ്ങൾ.

അവയോരോന്നും അവൻ ചൂണ്ടി:

"സാർ ഇത് കുബേരയന്ത്രം... ഇത് ധനാകർഷണയന്ത്രം... ഇത് അഷ്ടൈശ്വര്യസമൃദ്ധി തരുന്ന മോതിരം... വിദ്യായന്ത്രം... എല്ലാം ആയിരംതവണ ജപിച്ചൂതിയതാണ് സാർ..."

"ഓ... എനിക്കുവേണ്ട... ഇങ്ങനെയൊക്കെയങ്ങ് ജീവിച്ചുപോയാ മതി അനിയാ..."

ഞാൻ അവനെ നീക്കി മുന്നോട്ടുനടക്കാൻ തുനിഞ്ഞു. അവൻ വിട്ടില്ല. ഒരു കുബേരയന്ത്രമെടുത്ത് കയ്യിൽ പിടിപ്പിക്കാനുള്ള ശ്രമമായി:

"അങ്ങനെ പറയരുത് സാർ... സാറിന്റെ എല്ലാ കഷ്ടപ്പാടും മാറും... ഒന്നെടുക്കണം സാർ... ഇന്നൊരെണ്ണം പോലും വിറ്റിട്ടില്ല... കുടുംബം പട്ടിണിയാവും സാർ..."

ഞാനവന്റെ തളർന്ന മുഖത്തേക്കുനോക്കി.

"ശരി...ഒരു കുബേരയന്ത്രം താ..."

അൻപതുരൂപകൊടുത്ത് മോതിരം വാങ്ങിയപ്പോൾ അവന്റെ മുഖം തിളങ്ങി. പെട്ടെന്ന് ഞാൻ മോതിരം അവനുതന്നെ നീട്ടി.

"സാർ...?"

"ധരിച്ചോളൂ...കഷ്ടപ്പാടുകളെല്ലാം മാറട്ടെ..."

ഞാൻ പുഞ്ചിരിയോടെ മുന്നോട്ടു നീങ്ങി.

●

മുഖപുസ്തകം

കൂളിങ്ഗ്ളാസും കോട്ടും ടൈയും പാന്റ്സുമൊക്കെയിട്ട് ഫുൾ സ്യൂട്ടിൽ സുന്ദരക്കുട്ടപ്പനായിട്ടായിരുന്ന അയാൾ പുസ്തകം വെച്ച മുറിയിലേക്ക് കടന്നത്. കയറിച്ചെന്നതും ജയിലിലെ നടയടിപോലെ മൂത്ത തെറിയോടൊപ്പം മുഖമടച്ചൊന്നു കിട്ടി. പിന്നെ എവിടെനിന്നൊക്കെയാണെന്നറിയില്ല അടിയോടടിയായിരുന്നു. അകത്തേക്ക് പോയതിനേക്കാൾ സ്പീഡിൽ പുറത്തേക്കിറങ്ങിയോടുമ്പോൾ ദേഹത്ത് നിക്കർപോലും കാണാനില്ല.

അപ്പോഴും, ഇത്രയും അജ്ഞാതശത്രുക്കളുണ്ടാവാൻമാത്രം താനെന്ത് പാതകമാണ് ജീവിതത്തിൽ ചെയ്തതെന്ന് അയാൾക്കൊരു പിടിയും കിട്ടിയിട്ടുമുണ്ടായിരുന്നില്ല.

●

മുനകൾ

യോഹന്നാൻമാഷ് നടുക്കു ചാടിവീണ് അബുവിനേയും അപ്പുണ്ണിയേയും പിടിച്ചുമാറ്റി. അടിച്ചും ഇടിച്ചും ഇരുവരുടെയും മുഖവും നെഞ്ചും ചുവന്നും തൊലി നീങ്ങിയുമിരുന്നു. വലിയങ്ങാടിയിലെ അരിച്ചാക്കു പേറി ബലിഷ്ഠമായ ദേഹമാണിരു വർക്കും. പിടിച്ചുമാറ്റിയില്ലെങ്കിൽ അടി തീരില്ല.

അവർ വീണ്ടും ചീറിയടുക്കാനുള്ള ശ്രമമാണ്.

യോഹന്നാൻമാഷ് നടുക്കൊരു മതിലായി:

"എന്റെ സ്നേഹിതരേ... നിങ്ങളൊന്നടങ്ങ്"

"മാഷേ... മാഷിതിലിടപെടണ്ട...ഓനെ ഞാൻ കൊല്ലും..."

അപ്പുണ്ണി അലറി.

അബു ഒന്ന് മുന്നോട്ടാഞ്ഞു:

"ഓനെ വിട് മാഷേ...ഓന്റെ മയ്യത്ത് ഇന്ന് ഞാനെടുക്കും..."

"കഷ്ടം... ഇത്രേം ബുദ്ധില്ലാണ്ടായോ നിങ്ങൾക്ക്?... പരസ്പരം കൊന്നാ ആർക്ക് പോയി? നിങ്ങളെ നാല് കുഞ്ഞുങ്ങൾക്ക് തന്തമാര് പോയി... അല്ലാണ്ടെന്താ... ഇന്ന് രാവിലെതന്നെ കഴുത്തില് കൈയിട്ട് നടന്ന ചങ്ങാതികളല്ലേ നിങ്ങള്? ...ന്നിട്ട് ഒരു പത്രത്തിലെ വാർത്തേം വായിച്ച് പരസ്പരം കുത്തിക്കീറാൻ നോക്കുന്നോ... ഛായ്..."

യോഹന്നാൻമാഷ് കഷ്ടം വെച്ചപ്പോൾ അബുവും അപ്പുണ്ണിയും അൽപമൊന്ന് ശാന്തരായി.

ഡൽഹിയിൽ വർഗ്ഗീയഭ്രാന്ത് മുഴുത്ത രണ്ട് സമുദായങ്ങൾ പരസ്പരം വെട്ടി. നൂറുകണക്കിനാളുകൾ കൊല്ലപ്പെട്ടു. ആ വാർത്ത യുള്ള പത്രം അപ്പുണ്ണിയും അബുവും ഒഴിഞ്ഞുകിടന്ന കൈവണ്ടിയിൽ തോളോട്ടുതോൾ ചേർന്നിരുന്നാണ് വായിച്ചത്. പിന്നെ അതിൻമേൽ പിടിച്ച് ചർച്ചയായി. ഡൽഹിയിൽ പരസ്പരം കൊന്ന രണ്ടു സമുദായ ങ്ങളുടെ ഇങ്ങേ തലയ്ക്കുള്ള അറിയപ്പെടാത്ത വക്താക്കളായി ഇരുവരും. ചർച്ച പിന്നെ വാദപ്രതിവാദമായി, വാക്കേറ്റമായി.

ഇപ്പോഴിതാ ഇരുവരുടെ മുഖത്തും ചോരത്തുള്ളികൾ!

യോഹന്നാൻമാഷ്ക്കാണ് അവരേക്കാൾ വിഷമം.

"നാരായണഗുരുവും വിവേകാനന്ദനും ഒക്കെ ജീവിച്ച നാട്ടിലല്ലേ നിങ്ങളും ജീവിക്കുന്നത്... കഷ്ടം... നിങ്ങൾക്കറിയ്യോ നാളെ കോട്ട മൈതാനത്ത് നടക്കണ മതസൗഹാർദ്ദറാലിക്ക് പങ്കെടുപ്പിക്കാൻ നിങ്ങളെ രണ്ടാളേം തെരഞ്ഞുവരുവായിരുന്ന ഞാൻ...ന്നിട്ട് ഞാനീ കാണ്ന്നതെന്താ... മതത്തിന്റെ പേരില് നിങ്ങള് അടിച്ച തകരുവാ... കഷ്ടം കഷ്ടം..."

അതുകേട്ടതോടെ മാഷ്ടെ വിഷമം അപ്പുണ്ണിയിലേക്കും അബുവിലേക്കും പടർന്നു. അവർ തല താഴ്ത്തിനിന്നു.

"ഒക്കെ മറക്കണം... ഇത് നിങ്ങടെ അവസാനത്തെ ഉരസലായി കണക്കാക്കണം... നാളെ നമ്മുടെ മതസൗഹാർദ്ദറാലി ഒരു വമ്പിച്ച വിജയമാക്കണം... രണ്ടുപേരും ഈ അങ്ങാടിയിലെ സർവ്വതൊഴിലാളികളേയും സംഘടിപ്പിക്കണം... എനിക്ക് ഉറപ്പുതരണം..."

മാസ്റ്റർ കൈനീട്ടിയപ്പോൾ അപ്പുണ്ണിയും അബുവും ആ കരം ഗ്രഹിച്ചു:

"ഞാൻ വരാം മാഷേ"

"ഞാനും വരാം മാഷേ"

അതീവ സന്തോഷത്തോടെയാണ് യോഹന്നാൻമാസ്റ്റർ പിരിഞ്ഞത്.

പിറ്റേന്ന് കൃത്യം നാലുമണിക്കാണ് റാലി. കോട്ടമൈതാനമാകെ മനുഷ്യസ്നേഹികളെക്കൊണ്ട് നിറഞ്ഞു. അപ്പുണ്ണിയും അബുവും യോഹന്നാൻമാഷുമൊക്കെ ആ ജനസാഗരത്തിൽ അലകളായി മറഞ്ഞു.

പ്രതിജ്ഞയ്ക്കുശേഷം സ്നേഹഗീതങ്ങൾ പാടി പരസ്പരം തോളിൽ കൈയിട്ടുകൊണ്ട് ജനം നഗരമാകെ ചുറ്റി. വർഗ്ഗീയതയ്ക്കും മതഭ്രാന്തിനുമെതിരെയുള്ള മുദ്രാവാക്യങ്ങളെഴുതിയ പ്ളേക്കാർഡുകൾ എല്ലാവരുടെ കൈകളിലും.

റാലി മൈതാനത്ത് സമാപിച്ചു. വടിയിൽകെട്ടിയ പ്ളേക്കാർഡുകൾ ഒരു മൂലയിൽ കുന്നായി. മൈതാനത്തുവെച്ച് നാരങ്ങാവെള്ളവും മിഠായികളും വിതരണം ചെയ്യപ്പെട്ടു. രണ്ടു ഭാഗത്തായി നിന്നിരുന്ന അപ്പുണ്ണിയും അബുവും നാരങ്ങാവെള്ളം കുടിച്ചു ദാഹം തീർത്തു. അവാച്യനിർവൃതിയോടെ മിഠായി നുണഞ്ഞു. അവരുടെ കൈകളിൽ അപ്പോഴും നീണ്ട വടിയിൽക്കെട്ടിയ പ്ളേക്കാർഡുണ്ടായിരുന്നു.

യോഹന്നാൻമാഷ് പുഞ്ചിരിയോടെ അപ്പുണ്ണിയുടെ അരികിലേക്ക് ചെന്നു.

“എന്താ അപ്പുണ്ണീ ജാഥ കഴിഞ്ഞിട്ടും പ്ലേക്കാർഡും പിടിച്ച നിക്കണത്?”

“ഇതെനിക്ക് വേണം മാഷേ...”

“ആയ്ക്കോട്ടെ...ഈ കാർഡിലെ സ്നേഹമന്ത്രം എന്നും എപ്പോഴും അപ്പുണ്ണിയെ ഉത്തേജിപ്പിക്കട്ടെ...”

“കാർഡ് വേണ്ട മാഷേ...വടി മതി...ഇതാ ഇത് കണ്ടില്ലേ”

അപ്പുണ്ണി വടിയിൽനിന്നും കാർഡഴിച്ചുമാറ്റി ദൂരെയെറിഞ്ഞു. വടിയുടെ കൂർത്ത അറ്റം മാസ്റ്ററുടെ നേരെ കാട്ടി.

“കണ്ടില്ലേ മാഷേ...നല്ല സ്ട്രോങ്ങുള്ള വടി. കുത്ത്യാലും ഒടിയൂല... നല്ല കൂർത്ത അറ്റം...ഇതിനിക്ക്യാവശ്യമുണ്ട്...”

അപ്പുണ്ണിയുടെ കണ്ണുകളിൽ വടിയുടെ മുന കൂർത്തുകൂർത്തു വരുന്നു.

ഒരു തളർച്ചയോടെ യോഹന്നാൻമാഷ് അബുവിനെ തിരഞ്ഞു.

കാർഡ് പറിച്ചെടുത്ത മറ്റൊരു വടിയുമായി അബുവും അതാ നടന്നു നീങ്ങുന്നു.

•

ചരിത്രഗതി

സ്ഥലം കപിലവസ്തുതന്നെ. പതിവുപോലെ ചരിത്രനായകൻ ഗൗതമൻ ജീവിതത്തിന്റെ വഴിത്തിരിവായി മാറിയ ആ പുണ്യമുഹൂർത്തത്തിന്റെ ഉൾവിളി കാതോർത്തുകൊണ്ട് യശോദരയും മകനുമരികിൽ അസ്വസ്ഥനായി കിടന്നു. ഗൗതമനെന്ന ലാർവയിൽ നിന്ന് സിദ്ധാർത്ഥനെന്ന പ്യൂപ്പയായി ഒടുവിൽ ജ്ഞാനവൃക്ഷത്തിന്റെ ഗർഭാശയത്തിൽനിന്ന് ബുദ്ധനെന്ന ചിത്രപതംഗമായി വായുവിൽ പറന്നുല്ലസിക്കുന്നത് അയാൾ ഭാവനയിൽ കണ്ടു.

ഭാവിയുടെ ഗർഭഗേഹങ്ങളിൽനിന്ന് 'ബുദ്ധം ശരണം ഗച്ഛാമി' മന്ത്രം ഒരു താരാട്ടുപോലെ ഒലിച്ചെത്തുന്നു.

ഗൗതമൻ ആ നേർത്ത ഇരുട്ടിൽകിടന്ന് തന്റെ ഉൾവിളി കുറേക്കൂടി ശക്താമാവാൻ പ്രപഞ്ചകാരണങ്ങളെക്കുറിച്ചും സുഖദു:ഖങ്ങളുടെ ന്യായാന്യായങ്ങളെക്കുറിച്ചും ചരിത്രത്തിലുള്ളതുപോലെതന്നെ ചിന്തിച്ചു. തന്റെ രൂപാന്തരം പ്രതീക്ഷിച്ച് കൊട്ടാരത്തിനുപുറത്ത് അവശരും ആർത്തരും, കലിംഗരാജൻ അശോകനുമെല്ലാം കാത്തുനിൽക്കുന്നു. എത്രയുംവേഗം പുറത്തു ചാടണം. പിന്നെ ഐഹികസുഖങ്ങളുടെ കയ്പില്ലാതെ ശാന്തിഗീതം പാടിയങ്ങനെ നടക്കാം...!

ഗൗതമൻ പതുക്കെ എഴുന്നേറ്റു.

മുണ്ട് മടക്കിക്കുത്തി മുന്നോട്ട് കാൽവെച്ചു.

പെട്ടെന്നാണ് ചരിത്രരേഖയിൽ കാണാത്ത ഒന്ന് സംഭവിച്ചത്.

ഇരുട്ടിൽ മുന്നോട്ടുനടക്കവേ ഗൗതമന്റെ കാൽ, വിശന്നു കരഞ്ഞുറങ്ങിപ്പോയ മകന്റെ നാഭിക്കു തട്ടി. അവനെഴുന്നേറ്റ് കരയാൻ തുടങ്ങി. അതോടെ യശോദരയും ഞെട്ടിയുണർന്ന് ലൈറ്റിട്ടു.

"നിങ്ങളീ അർദ്ധരാത്രിയിൽ എവിടെ പോവുന്നു?"

"എനിക്കുപോണം യശോദരേ... എനിക്കീ കർമ്മബന്ധനം വെടിയണം...ആ നിമിഷം സമാഗതമായി..."

ഗൗതമൻ നടന്ന് വാതിൽക്കലെത്തിയതും യശോദര

ഒറ്റച്ചാട്ടത്തിന് അയാളുടെ ഷർട്ടിൽ പിടിച്ചു. മകനും ബോധം തെളിഞ്ഞ് അയാളുടെ കാലിൽ പിടികൂടി.

യശോദര അലറി:

"കുറേക്കാലമായി നിങ്ങൾ ഭാരതപര്യടനമെന്നും സന്യാസമെന്നു മൊക്കെ പറഞ്ഞ് തടിതപ്പാൻ ശ്രമിക്കുന്നു... അത് നടക്കില്ല. പലചരക്കുകടക്കാരനും വീട്ടുടമസ്ഥനും പാൽക്കാരനുമൊക്കെ കൊടുക്കാനുള്ള കടംവീട്ടി എങ്ങോട്ടു വേണമെങ്കിലും പോയ്ക്കോ... പോവുന്നതിന് മുൻപ് എനിക്കും മോനും ഇത്തിരി വെഷോം തന്നേക്ക്..."

യശോദര ഇതൊക്കെ പറയുക മാത്രമല്ല; ഒരു കയർ സംഘടിപ്പിച്ച് അവളും മകനുംകൂടി ഗൗതമനെ ഒരു തൂണിനോട് ചേർത്ത് കെട്ടിയിടുകയും ചെയ്തു.

ബോധിസ്വപ്നങ്ങളിലൂടെ ഒരു യഥാർത്ഥ ചരിത്രരേഖയാവാനുള്ള അവകാശംപോലും നഷ്ടപ്പെട്ട് ഗൗതമൻ തൂണിനുകീഴെ ചുരുണ്ടുകിടന്നു.

●

തെളിവു സഹിതം

രണ്ടാണ് പ്രതികൾ. ഒന്നാം പ്രതിയായ പയ്യനാണ് കൊന്നത്. നിലവിളിച്ചപ്പോൾ വായ അമർത്തിപ്പിടിച്ചതുകൊണ്ടാണ് മരിച്ചത്. ആറുവയസ്സുകാരിയൊന്നു പിടഞ്ഞ് നിശ്ചലയായെങ്കിലും പയ്യൻ ജഡപീഡനം പൂർത്തിയാക്കി. കുഞ്ഞിക്കാതുകളിലുണ്ടായിരുന്ന കമ്മലുകളൂരി പോക്കറ്റിലിട്ടു. ജഡം ഒരു ചെറിയ പ്ളാസ്റ്റിക് കവറിലടങ്ങാനേ ഉണ്ടായിരുന്നുള്ളൂ. അതുകൊണ്ട് വിറകുപുരയിൽത്തന്നെ കുഴിച്ചിട്ടു. രണ്ടാംപ്രതിയായ സ്വന്തം അമ്മാവനേൽപിച്ച ലൈംഗികപ്രഹരങ്ങളുടെ കഥ മരണശേഷം സ്കൂൾ ബാഗിൽനിന്നുകിട്ടിയ കുഞ്ഞിഡയറിയിലാണ് കണ്ടെത്തിയത്.

ജഡ്ജി പ്രതികളുടെ വക്കീലിനെ നോക്കി:

“യെസ് പ്രൊസീഡ്”

“യുവർ ഓണർ... കൃത്യം നടക്കുമ്പോൾ പയ്യനായ എന്റെ ഒന്നാം കക്ഷിക്ക് പ്രായപൂർത്തിയായിട്ടില്ല... കോത്താഴം സർക്കാരാശുപത്രിയിലെ ജനനരജിസ്റ്റർ ഹാജരാക്കുന്നു.... തൊണ്ണൂറ്റിയഞ്ച് ആഗസ്റ്റ്മാസം വൈകുന്നേരം കൃത്യം അഞ്ചുമണിക്കാണ് എന്റെ കക്ഷി ഭൂജാതനായത്... കൃത്യം നടക്കുന്നത് ഒരു ശനിയാഴ്ച വൈകീട്ട് 4.58നാണ്. രേഖകൾ പ്രകാരം അന്നേക്ക് എന്റെ കക്ഷിയുടെ പ്രായം 17 വയസ് 11 മാസം 23 മണിക്കൂർ 58 മിനിറ്റ് മാത്രമാകുന്നു. പ്രായപൂർത്തിയാവാൻ പിന്നേയും 2 മിനിറ്റ് ബാക്കി കിടക്കുന്നു. ആയതിനാൽ എന്റെ കക്ഷിയെ എട്ടുംപൊട്ടും തിരിയാത്ത ഒരു ബാലനായി പരിഗണിച്ച് വെറുതെ വിടണം സർ...”

അത് ന്യായംതന്നെയെന്ന് ജഡ്ജി തലയാട്ടി:

“ദെൻ അക്യൂസ്ഡ് നമ്പർ ടു?”

“യുവർ ഓണർ... എഴുപത്താറുകാരനായ എന്റെ രണ്ടാം കക്ഷിയും നിരപരാധിയായൊരു സീനിയർ സിറ്റിസൻ ആണ് സാർ...പ്രായപൂർത്തിയാവാത്ത പയ്യനെപ്പോലെ സീനിയർ സിറ്റിസനും സമൂഹത്തിൽ

പല ആനുകൂല്യങ്ങളും കിട്ടുന്നുണ്ട് സാർ...ബസ്സിൽ സംവരണസീറ്റ്. ട്രെയിനിൽ ടിക്കറ്റിളവ്. ബാങ്കിൽ ഡെപ്പോസിറ്റിന് കൂടിയ പലിശ... ആയൊരു പരിഗണന എന്റെ കക്ഷിയും അർഹിക്കുന്നുണ്ട് സാർ... മാത്രമല്ല എഴുപത്തിയാറുകാരനായ ഒരു വൃദ്ധന്റെ പെർഫോർമൻസ് എത്രയൊക്കെയാവുമെന്ന് ഒരു വൃദ്ധനായ അങ്ങേക്കും അറിയാമല്ലോ സാർ..."

"അതൊക്കെ ശരി... പക്ഷേ വക്കീലേ നിലവിൽ ലൈംഗികപീഡനത്തിൽ സീനിയർ സിറ്റിസന് ഇളവിനുള്ള നിയമങ്ങളില്ലല്ലോ?"

"അതറിയാം സാർ...എന്നാൽ അത്തുംപിത്തുമായ ഒരു വൃദ്ധന്റെ കാര്യത്തിൽ ഇളവ് നൽകാമല്ലൊ സാർ... എഴുപത്തിയാറുകാരനായ എന്റെ കക്ഷിക്ക് വാർദ്ധക്യത്താലുള്ള അത്തുംപിത്തുമാണെന്ന് തെളിയിക്കുന്ന മനോരോഗാശുപത്രിയിലെ ഡോക്ടറുടെ സർട്ടിഫിക്കറ്റ് ഹാജരാക്കുന്നു..."

കൺഫ്യൂഷൻസരണി താണ്ടി ജഡ്ജി വിധി പ്രസ്താവിച്ചു:

"ഇവിടെ ഹാജരാക്കപ്പെട്ട രേഖകളുടെ അടിസ്ഥാനത്തിൽ ഒന്നാം പ്രതിക്ക് പ്രായപൂർത്തിയായിട്ടില്ലെന്നും രണ്ടാംപ്രതിക്ക് പ്രായം കൂടിപ്പോയെന്നും അസന്നിദ്ഗ്ധമായി തെളിഞ്ഞിരിക്കുന്ന സാഹചര്യത്തിൽ സംശയത്തിന്റെ മുന സ്വാഭാവികമായും മരിച്ച പെൺകുഞ്ഞിന്റെ നേർക്കാണ് തിരിയുന്നത്. ഇക്കാലത്ത് വളരെ ടാലന്റോടെയാണ് കുട്ടികൾ ജനിക്കുന്നതും വളരുന്നതും. പാട്ടും നൃത്തവും പഠനസാമർത്ഥ്യവുമൊക്കെ അതി ഗംഭീരമാണ്. അതുകൊണ്ടുതന്നെ ലൈംഗികാതിക്രമങ്ങളെക്കുറിച്ചും പ്രസ്തുത പെൺകുട്ടി വിജിലന്റാവേണ്ടതായിരുന്നു. ഇങ്ങനെ വിജിലന്റായി പ്രലോഭനീയമായ സാഹചര്യങ്ങളിൽനിന്ന് സ്വയം മാറിപ്പോവാതെ ഒരു ആറുവയസ്സുകാരി അയൽവാസിയായ പയ്യനുമായും സ്വന്തം അമ്മാവനുമായും ലൈംഗികമായി അടുത്തിടപഴകിയത് ഒരു കുറ്റമായിത്തന്നെ കാണണം. കുറ്റക്കാരി മരണപ്പെട്ടതിനാൽ അവൾക്ക് ശിക്ഷ നൽകാനും നിവൃത്തിയില്ല. ആയതിനാൽ ഈ കേസിലെ ഒന്നും രണ്ടും പ്രതികളെ കുറ്റക്കാരല്ലെന്നു കണ്ട് വെറുതെ വിട്ടതായി പ്രസ്താവിക്കുന്നു."

●

പത്രാഭിഷേകം

കുളിപ്പിച്ച് കുളിപ്പിച്ച് കുട്ടിയില്ലാതായെന്നു പറഞ്ഞപോലെയാണ് എന്റെ പത്രംവായന നിന്നുപോയത്. ആദ്യമാദ്യം ആദ്യപേജുതന്നെയായിരുന്നു ഹരം. രാഷ്ട്രീയാചാര്യൻമാരുടെ സത്യപ്രസ്താവനകൾ, മോഹനസുന്ദര വാഗ്ദാനങ്ങൾ, ക്ഷേമപദ്ധതികൾ തുടരെ വായിച്ച് വായിച്ച് ഹരം കേറിവരുമ്പോഴാണ് പടിപടിയായി ഒന്നാംപേജ് നാറാൻ തുടങ്ങിയത്. പരസ്പരം വിഴുപ്പലക്കലായി, മുണ്ടുപൊക്കലായി, ഒളിക്യാമറകളായി കത്തിക്കയറിയപ്പോൾ ഞാൻ വയലന്റായിത്തുടങ്ങി. കയ്യിൽ കിട്ടിയാൽ എല്ലാറ്റിനേയും കുത്തിക്കൊല്ലും എന്നൊക്കെ ഭാര്യയോട് പതംപറഞ്ഞു. അരിശത്തോടെ മുഷ്ടി ചുരുട്ടി തൂണിലും ചുമരിലുമൊക്കെ ഇടിച്ചുതുടങ്ങി. ഒന്നാം പേജുകാരെ കൊല്ലാനുള്ള കത്തിയുണ്ടാക്കാനായി ഞാൻ കൊല്ലൻഗോപാലന്റെ ആലയിൽ പോവുമെന്നുകൂടി പറഞ്ഞത് കാര്യമാക്കിക്കാണണം അതിന്റെ പിറ്റേന്ന് ഭാര്യ പത്രമെടുത്തു തന്നപ്പോൾ ആദ്യത്തെ പേജില്ല!

"നിങ്ങളിനി ബാക്കി വായിച്ചാ മതി..."

വയസ്സ് അൻപത് കടന്നതുകൊണ്ടാവണം ഞാൻ നേരെ എട്ടാം പേജിലെ ചരമകോളത്തിൽ കിടന്ന് കറങ്ങാൻ തുടങ്ങി. നമ്മുടെ വല്ല നാട്ടുകാരോ സുഹൃത്തുക്കളോ പോയോ? ചരമപഥം നേടിയ അൻപതുകാരെ കണ്ടപ്പോൾ 'അയ്യോ ഞാനും പോകാറായോ' എന്ന ആധി. തൊണ്ണൂറുകാരനെ കാണുമ്പോൾ 'ങാ അത്രയ്ക്കൊക്കെ എത്താനും ചാൻസുണ്ടല്ലേ' എന്നൊരു ശുഭപ്രതീക്ഷ. രണ്ടുവയസ്സുകാരെ കാണുമ്പോൾ 'ഹോ അന്ന് ഫ്യൂസാവാതെ ഇത്രടംവരെ എത്തിയല്ലോ' എന്നൊരാശ്വാസം. ചിലരെ കാണുമ്പോൾ 'ങേ... ഇവൻമാരൊന്നും ഇതുവരെ മരിച്ചില്ലായിരുന്നോ' എന്നൊരത്ഭുതം. മരിച്ചവരുടെ കൂടെയുള്ള ഈ സഹവാസംമൂലം ഒരുതരം ഭീതിയും നിരർത്ഥകതാബോധവും പിടികൂടുന്നത് ഭാര്യ മനസ്സിലാക്കിക്കഴിഞ്ഞു. ചരമപേജും

കീറിയാണ് പിന്നെ പത്രം തന്നത്:

"നിങ്ങളേയ് ബാക്കി വായിച്ചാ മതി..."

കിട്ടിയ പേജിൽ വാർത്തകളേയില്ല. നിറയെ പരസ്യം. വേഗം വേഗം വായിച്ചുതീർക്കാം. പക്ഷേ മരുന്നുകളും തകിടുകളുമാണ്. തടി വെക്കാം. മുടി വെക്കാം. കുബേരനാകാം. നാഡീബലം കൂട്ടാം. എല്ലാറ്റിനും പരിഹാരവുമുണ്ട്. തൈലം, ചൂർണം, ലേഹ്യം, മന്ത്രവാദം ഏലസ്സാദികൾ.!

കിടപ്പറയിൽ ഭാര്യയോടുതന്നെ മനസ്സ് തുറന്നു:

"എടീ... എനിക്കൊരു സംശയം... ഇത്തിരിക്കൂടി തടിവേണ്ടേ? കുറച്ചുകൂടി നാഡിബലം? കഷണ്ടിയും കയറി വരുന്നു. മരുന്നുകളും അതിന്റെകൂടെ കുബേരനാകാനൊരു തകിടുംകൂടി വാങ്ങിക്കെട്ടി യാലോ?"

ഭാര്യ ക്ലോക്കിന്റെ പെൻഡുലം പോലെ തലയാട്ടി. സമ്മതമാണെ ന്നൊണ് ഞാൻ വിചാരിച്ചത്. പക്ഷേ അടുത്ത ദിവസം രാവിലെ പത്രം തന്നെയില്ല!

"എടീ പേപ്പറില്ലേ?"

"ഇല്ല നിർത്തി... നിങ്ങളിനി ഇത് വായിച്ചാ മതി."

അവൾ കുട്ടികൾക്കുള്ള കുറേ ബാലമാസികകൾ നീട്ടി.

നിറയെ ഫലിതവും കുസൃതികളുമാണ്.

ഹഹഹഹാ...എന്തൊരാശ്വാസം!

ഇപ്പോഴെനിക്ക് വലിയ കുഴപ്പമൊന്നുമില്ല. കൈവിരൽ ഉറുഞ്ചുക, സ്നഗ്ഗിയിൽ ഇടക്കിടെ മൂത്രമൊഴിക്കുക, മുലപ്പാലിന് ശാഠ്യം പിടിക്കുക തുടങ്ങിയ നിരുപദ്രവ കുസൃതികളല്ലാതെ.

●

സിക്സ്പേക്കും എന്റെ ഭാര്യയും

ചെറുപ്പം മുതലേ പെൻസിലുപോലിരുന്ന എനിക്ക് ഒന്നു തടിച്ചുകിട്ടാനുള്ള പൂതി ചെറുതായിരുന്നില്ല. പത്രത്തിൽ ജൈവാടോണിന്റെ പരസ്യവും കൂടെ മരുന്നുതിന്നു മസിൽമാൻമാരായ അനുഭവസ്ഥരുടെ ചിത്രങ്ങളും കണ്ടതോടെ വണ്ണംവെക്കാനുള്ള ആർത്തികൂടി. അഞ്ഞൂറുരൂപയുടെ വി.പി.പി.യായി വരുത്തിയ രണ്ടുബോട്ടിൽ ടോണിക് തിന്നുകൊണ്ടിരിക്കുമ്പോഴാണ് എന്റെ സ്നേഹിതൻ ഇബ്രാഹിംകുട്ടിക്ക് ജൈവാടോൺ കമ്പനിയുടെ പാർസൽ വിഭാഗത്തിൽ ജോലി തരമായത്. അവൻ ബാംഗ്ളൂരിലേക്ക് പോയ ആഴ്ചതന്നെ എനിക്കെഴുതി:

"ഇനി വാങ്ങിത്തിന്നേണ്ട. തവിടും ശർക്കരയും ചുക്കുമൊക്കെയാണ് സാധനം. ഏറിവന്നാൽ പത്തുരൂപയുടെ വകകാണും. അതൊക്കെ നാട്ടിൽനിന്നുതന്നെ വാങ്ങിത്തിന്നാമല്ലോ.പിന്നെ മസിൽമാൻമാരുടെ ഫോട്ടോ... അതൊക്കെ തലമാറ്റി ഒട്ടിച്ചുണ്ടാക്കുന്ന വിദ്യയാ."

അന്നുതന്നെ മരുന്നുതീറ്റ നിർത്തി. പക്ഷേ സിക്സ്പാക് മസിൽമാൻമാരുടെ ചിത്രങ്ങൾ എന്നെ വിടാതെ പിന്തുടർന്നു. ഉരുണ്ട മസിലും നെഞ്ചുമൊക്കെയുള്ളവരെയേ സ്ത്രീകൾ ആരാധിക്കുകയും സ്നേഹിക്കുകയും ചെയ്യൂ എന്നൊക്കെ സ്നേഹിതൻമാർ പറഞ്ഞു പിരികൂട്ടിയതോടെ ഒട്ടും അമാന്തിച്ചില്ല; ജിമ്മിൽ ചേർന്ന് ഞാനും കസർത്തു തുടങ്ങി. രണ്ടായിരം രൂപയ്ക്ക് അവർ തന്ന ഫുഡ്സപ്ളിമെന്റുകൂടി തിന്നപ്പോൾ ആറുമാസംകൊണ്ട് ഞാനും സിക്സ്പാക്കായി. ഇതിൽപരം സന്തോഷമുണ്ടോ?

ഷർട്ടിന്റെ മുൻഭാഗം മുഴുബട്ടണിടാതെ തുറന്നിട്ടും ടൈറ്റ് ജീൻസിട്ടും എന്റെ മസിലുകൾ പരമാവധി പ്രദർശിപ്പിച്ചായി നടത്തം. സ്ത്രീകളുടെ ഒളിഞ്ഞുനോട്ടങ്ങൾ എന്നെ ഹരം പിടിപ്പിച്ചു.

കല്യാണം പൊടിപൊടിച്ചു.

കല്യാണത്തലേന്ന് ഗാനമേളക്ക് പകരം നാട്ടിലെ പ്രമുഖ മസിൽമാൻമാരെ സംഘടിപ്പിച്ചുകൊണ്ടുള്ള ഒരു ജിം ഷോയാണ് നടത്തിയത്.

ആദ്യരാത്രി ബർമുഡ മാത്രം ധരിച്ച് ഞാൻ കിടപ്പുമുറിയിലെത്തി.

ഭാര്യ കാൺകെ കുറച്ചു കസർത്തുകൾ കാട്ടി. അവളുടെ മുന്നിൽ വെച്ച് പത്ത് നാടൻ കോഴിമുട്ടകൾ പച്ചക്ക് പൊട്ടിച്ച് ഞാൻ വായിലൊഴിച്ചു. കൂടെ ഒരു കള്ളവും തട്ടിവിട്ടു.

"പന്ത്രണ്ടുവയസ്സുമുതലേ ഞാൻ ജിമ്മാ"

'ഹമ്മാ' എന്നമട്ടിൽ അവൾ വാ പൊളിച്ചുനിൽക്കവേ വ്യായാമമുറകളെക്കുറിച്ചും മസിൽമാൻമാരുടെ ദിനചര്യകളെക്കുറിച്ചുമൊക്കെ സവിസ്തരം പ്രതിപാദിച്ചു.

ഭാര്യ കോട്ടുവായിടാൻ തുടങ്ങിയപ്പോഴാണ് ഇതാദ്യരാത്രിയാണല്ലോ എന്നോർത്തത്. കിടക്കുന്നതിനുമുൻപ് അവളെ ഓർമ്മപ്പെടുത്തി:

"ഇനി നീ വേണം എന്റെ മെനു കൃത്യമായി നടത്താൻ...എന്നും രാവിലെ അടുത്ത കടയിൽനിന്ന് പത്തു നാടൻ കോഴിമുട്ട വാങ്ങി പച്ചയ്ക്ക് തരാൻ മറക്കരുത്... അഞ്ചുഗ്ളാസ് പച്ചവെള്ളം കിണറ്റിൽ നിന്ന് കോരി കൊണ്ടുവെക്കണം... പിന്നെ എട്ടുമണിക്ക് പതിനഞ്ച് പത്തിരി... കോഴിക്കറി... നാടൻ നേന്ത്രപ്പഴം രണ്ടെണ്ണം..."

ഭാര്യ കൂർക്കംവലി തുടങ്ങി.

രണ്ടാഴ്ച കഴിഞ്ഞതേയുള്ളൂ രാവിലെ പ്ളേറ്റിൽ മുട്ടക്ക് പകരം ഭാര്യയുടെ കത്ത്.

-ചേട്ടന്റെ മസില് കണ്ടിട്ട് എനിക്ക് പേടിയാവുന്നു. രാത്രി തീരെ ഉറക്കം കിട്ടുന്നില്ല. അതുകൊണ്ട് ഞാൻ പോവുന്നു.

അവൾ തനിച്ചല്ല പോയത്. കൂടെ മുട്ടക്കടക്കാരനുമുണ്ട്.

മെലിഞ്ഞ് പെൻസിലുപോലുള്ളൊരു പയ്യൻ...!

●

വൃത്തിയുള്ള വീട്

സ്ഥിരവരുമാനമൊന്നുമില്ലെങ്കിലും രണ്ടുനിലയുള്ള കൊട്ടാര സദൃശമായൊരു വീട് ഞങ്ങളുടേയും സ്വപ്നമായിരുന്നു. പത്തും പലതുമില്ലാതെ നാളെ പടിയിറങ്ങിപ്പോവേണ്ടൊരു പെൺകുഞ്ഞേയുള്ളുവെങ്കിലും അഞ്ചുകിടപ്പുമുറികളും എല്ലാറ്റിലും ഗുറാനാളില്ലെങ്കിലും അഞ്ചുകക്കൂസുകളുമുള്ള വീടുതന്നെ പണിതു. (സർക്കാരുദ്യോഗസ്ഥനായിട്ടും അയൽവാസിക്ക് കക്കൂസ് മൂന്നേയുള്ളു. അയാളുടെ ഗമയൊന്ന് കുറയട്ടെ) തറവിസ്തീർണ്ണം മൂവായിരം അടി ചതുരശ്രം. സുഖനിദ്രയ്ക്ക് മൂന്ന് എ.സിയുണ്ടേ. കിടന്നുരുണ്ട് കുളിക്കാൻ രണ്ട് ബാത്ത്ടബ്. ഫ്ളോറ്മൊത്തം ആറേനാലിന്റെ ഗ്രാനൈറ്റാണ്. മുറ്റത്ത് പാകിയതും നാച്വറൽസ്റ്റോൺ.

അയ്യായിരംപേർക്ക് ബിരിയാണിയും കൊടുത്ത് വീടുകൂടൽ കഴിഞ്ഞപ്പോഴാണ് ചില സാങ്കേതികതടസ്സങ്ങൾ.

അതിഥികൾവന്നാൽ കുട്ടികളടക്കം പലരും ചെരിപ്പൂരാതെയാണ് അകത്തെത്തുക.

ഗ്രാനൈറ്റിന് വര വീഴില്ലേ?

ഞങ്ങൾ രണ്ട്റോൾ കോട്ടൺമാറ്റ് വാങ്ങി ഉമ്മറത്തും ഡ്രോയിങ് ഹാളിലുമൊക്കെ നിരത്തി ഗ്രാനൈറ്റ് മൂടി.

പോളിഷ്ചെയ്ത മരത്തിന്റെ ചാരുപടിക്കൊക്കെ വെയിലേൽക്കുന്നു.

മങ്ങില്ലേ?

അതും പ്ളാസ്റ്റിക് ഷീറ്റുകൊണ്ടു മൂടി സുരക്ഷിതമാക്കി. പന്ത്രണ്ട് എമ്മെമ്മിൽ പത്തേനാലിന്റെ കൂളിങ് ഗ്ളാസുള്ള ഡൈനിങ് ടേബിൾ കറി പുരണ്ടും വരവീണും നാശമാകുന്നു.

അപ്പോഴാണ് പുതിയ ഒരൈഡിയ തോന്നിയത്. വർക്ക്ഏരിയക്ക്പിറകിലെ മുറ്റത്ത് ഒരെക്സ്ട്രാ വിറകുപുര-കം-അടുക്കളയുണ്ടാക്കി പാചകംമൊത്തം അതിലോട്ടാക്കി. വെപ്പുംതീനുമൊക്കെ കഴിയുമ്പോൾ രാവേറെയാകും. അതുകൊണ്ട് നിലത്തൊരു പുല്ലുപായവിരിച്ച്

മകളുടെ പഠിപ്പും അവിടെയാക്കി. പഠിപ്പ് കഴിയുമ്പോഴേക്കും മകൾ തളർന്ന് അവിടെത്തന്നെ കിടന്നുറങ്ങും. എന്നാപ്പിന്നെ അവളെ യുണർത്തേണ്ടല്ലോന്നു കരുതി ഞങ്ങളും അവിടെയങ്ങ് കിടക്കും. അങ്ങനെയാവുമ്പോൾ അതിഥികൾക്കു മുന്നിൽ ഞങ്ങളുടെ വീട് കാലാകാലവും വൃത്തികേടും കേടുപാടുമില്ലാതെ കിടക്കുമല്ലോ?

അങ്ങനെ വർഷങ്ങളോളം ചെളിപുരളാതെയും പാടുവീഴാതെയും വെയിലുകൊള്ളിക്കാതെയും കാത്തുസൂക്ഷിച്ച വീടായിരുന്നു.

ഒരു ദിവസം കാലത്ത് ഞങ്ങളുണർന്നുനോക്കുമ്പോൾ ഞെട്ടിപ്പോയി.

ഞങ്ങളുടെ കണ്ണിലുണ്ണിയായ കൊട്ടാരംവീട് മുറ്റത്ത് കാണ്മാനില്ല.

അന്വേഷിച്ചപ്പോഴാണറിയുന്നത്; വീട് മൊത്തം ബാങ്കുകാരെടുത്തു കൊണ്ടുപോയത്രേ. അൻപതുലക്ഷമെത്തിയ വായ്പാകുടിശ്ശികയൊന്നും അവർക്ക് താങ്ങാൻ വയ്യത്രേ!

ഞങ്ങളിപ്പോഴും പഴയ വിറകുപുരയിൽത്തന്നെ താമസിക്കുന്നു.

●

ഗുരു

ഗുരു പറഞ്ഞുതുടങ്ങി:

"ശുചിത്വബോധമാണ് ആരോഗ്യപരിപാലനത്തെ സഹായിക്കുന്ന മുഖ്യഘടകം. ശുചിത്വബോധം നമ്മുടെ കർമ്മങ്ങൾക്ക് ഊർജ്ജവും ചൈതന്യവും പകരുന്നു..."

ഗുരു ഉപദേശിച്ചു:

"ആയതിനാൽ നിങ്ങൾ നിത്യവും കുളിക്കണം... വൃത്തിയുള്ള വസ്ത്രങ്ങൾ ധരിക്കണം... കൈവിരലുകളിലും കാൽവിരലുകളിലും നീണ്ടുവരുന്ന നഖങ്ങൾ വെട്ടി വൃത്തിയായി സൂക്ഷിക്കണം..."

ക്ലാസ് കഴിഞ്ഞ് ഗുരു ശ്വാസംവിട്ടു. കസേരയിലിരുന്ന് മേശക്കടിയിലൂടെ കാലുകൾ രണ്ടും നീട്ടി ഒന്ന് ഞേള പിരിഞ്ഞു.

ശിഷ്യൻമാരിലൊരുവൻ അത്ഭുതത്തോടെ ഗുരുവിന്റെ കാലുകളിലേക്ക് കൈചൂണ്ടി:

"മാഷേ... മാഷിന്റെ രണ്ടുകാലിലെ വെരലിൻമേലും നഖങ്ങള് നീണ്ട്ക്ക്ണ്..."

●

ഇഷ്ടം

പ്രണയകാലത്ത് ഒരു പൂ ചോദിച്ചപ്പോൾ അവൻ തന്നതൊരു പൂങ്കാവനം. പീലി ചോദിച്ചപ്പോൾ പീലിയല്ല; ഒരു മയിലിനെ ത്തന്നെ!

വിവാഹശേഷമല്ലേ അവൻ അവനായത്.

പൂവു ചോദിച്ചപ്പോൾ ചേനപ്പൂവും പീലി ചോദിച്ചപ്പോൾ കാക്കത്തൂവലും!

●

തടി

നാൽപതുവയസ്സ് കഴിഞ്ഞാൽ എല്ലാറ്റിനുമൊരു കൺട്രോളൊക്കെ വേണം. ഹോൾബോഡി ചെക്കപ്പ് നടത്തി തടിയുറപ്പിക്കണം!

ഇതിപ്പോൾ എഴുതപ്പെടാത്തതും എന്നാൽ എഴുതപ്പെട്ടതിനേക്കാൾ ജോറായി നാം സർവരും പാലിച്ചുപോരുന്നതുമായ നിയമമായിരിക്കുകയാണ്. പുലർച്ചെ നാലുമണിക്ക് വീടിന് മുന്നിലൂടെ ഒന്നോ രണ്ടോ അറ്റാക്ക് കഴിഞ്ഞവരും, അറ്റാക്കിനോടടുക്കുന്നവരും പഞ്ചസാര കൂടിയവരും ഉപ്പ് കുറഞ്ഞവരും കിഡ്നി തേഞ്ഞവരുമൊക്കെ കൂട്ടയോട്ടം നടത്തുന്നതുകൂടി കണ്ടപ്പോൾ ഞാനും പിന്നെ അമാന്തിച്ചില്ല.

എല്ലാം നോക്കിക്കളയാം!

നഗരത്തിലെ സ്വകാര്യ ആശുപത്രിയിൽ ഉറുപ്പിക അയ്യായിരം കൊടുത്ത് എല്ലാ പരിശോധനയും നടത്തി. വളരെ സന്തോഷമായി. കൊളസ്ട്രോളില്ല. പ്രഷറില്ല. ഷുഗറില്ല. കിഡ്നി, കരൾ, ഹൃദയം, കണ്ണ്, ബ്രെയിൻ എല്ലാം ഒ.കെ. എന്തിനേറെ പറയുന്നു, ഇത്തിരി പൈൽസ് പോലുമില്ല.

മകന്റെ എൻട്രൻസ് റിസൾട്ട് അറിയാൻ നിന്നതിനേക്കാൾ ആകാംക്ഷയോടെ കാത്തുനിന്ന ഭാര്യയോട് ഞാൻ സന്തോഷത്തോടെ പറഞ്ഞു:

"ഒന്നുമില്ലെടീ... എല്ലാം ഓകെ"

"ഓഹോ."

എന്തെങ്കിലുമൊന്നെങ്കിലുമാവായിരുന്നു എന്ന മട്ടിലായിരുന്നു അവളുടെ ആ 'ഓഹോ'.

രാത്രി വളരെ സന്തോഷത്തോടെയാണ് എല്ലാം ഓ.കെ. ആയ റിസൾട്ടും തലയണക്കടിയിൽവെച്ച് ഞാനുറങ്ങാൻ കിടന്നത്.

പക്ഷേ പറഞ്ഞാൽ നിങ്ങൾ വിശ്വസിക്കില്ല. രാവിലെ എന്റെ ഭാര്യ ഉണർന്നുനോക്കുമ്പോൾ ഞാനിതാ ചത്തുകിടക്കുന്നു!

പരീക്ഷിത്തിനു മുന്നിൽ പഴത്തിൽ പുഴുവായ്‌വന്ന തക്ഷകനെപ്പോലെ ഏത് അന്തകവിത്താണ് എന്നെ കൊണ്ടുപോയതെന്നറിയാൻ എന്റെ ബയോപ്സി ലാബിലേക്കയച്ച് കാത്തിരിക്കുകയാണ് ഭാര്യയും മക്കളും.

പരേതൻ നിര്യാതനായി

വീട്ടിൽ പെട്ടെന്ന് വൈദ്യുതി നിലയ്ക്കുകയും കുറച്ചുദിവസത്തേക്ക് പുന:സ്ഥാപിക്കാതിരിക്കുകയും ചെയ്യുന്ന അവസ്ഥയാണ് മരണം അനുഭവപ്പെടുത്തിയത്. മൃതി മറഞ്ഞുനിന്ന് മെയിൻസ്വിച്ച് ഓഫാക്കിയതോടെ അതുവരെ നടന്നുകൊണ്ടിരുന്ന പ്രവർത്തനങ്ങളെല്ലാം ഞൊടികൊണ്ട് നിലയ്ക്കുകയും ഭേദഗതി വരുത്തപ്പെടുകയും ചെയ്തു. മിക്സിയിൽ തെയ്യം തുള്ളിയ മാവ് മൗനത്തിലേക്കമർന്നു. യാത്രകൾ റദ്ദാക്കപ്പെട്ടു. ഇന്നുമുതൽ കുറച്ചുദിവസത്തേക്ക് പണിക്കു വരേണ്ടെന്ന് മരാമത്ത് പണിക്കാരോടും ഇന്നുമുതൽ അവധി വേണമെന്ന് മേലധികാരികളോടും വിളിച്ചുപറഞ്ഞു. അതുവരെ അവഗണിച്ച വിറകും ചേരിയും ചിരട്ടയും കറുകയും എള്ളും അതിന്റെ നിലയും വിലയും ഓർമ്മപ്പെടുത്തി.

പ്രാണൻ വിട്ടനേരം ഇത്തിരിയും ഒത്തിരിയും നിലവിളിച്ചവരെല്ലാം ഇപ്പോൾ നിശബ്ദം. ഇടക്കിടെ ഫ്രീസറിന് ചുറ്റുംനടന്ന് പാദഭാഗത്തു വന്നുനിന്ന് ഒട്ടുനേരം തർക്കിച്ചുനോക്കിയും മുഖം കഷ്ടവടിവിലാക്കി മർത്ത്യജൻമത്തിന്റെ നിസ്സാരതയോർത്ത് നെടുവീർപ്പയച്ചും ദാർശനികരായി ബന്ധുവിന്റെ തോളത്ത് വിരലുകൾ പതിയെ വെച്ചൊന്ന് തഴുകിയും തലോടിയുമങ്ങിനെ...!

സമയബന്ധിതമായി ബന്ധുക്കളെത്തി ചുണ്ടിൽ വെള്ളമിറ്റിച്ച് കുഴിമാടത്തിലടക്കിയതോടെ നിലച്ച വൈദ്യുതി പുന:സ്ഥാപിക്കപ്പെട്ട മട്ടിൽ ആരവങ്ങളോടെ ഒന്നാം ദിവസം കടന്നു.

രണ്ടാം ദിവസം രാവിലെ പച്ചക്കായയും മരച്ചീനിയും ചെറുപയറും ചേർന്ന പുഴുക്ക്. രണ്ടുനേരം നറുക്കരി കഞ്ഞി. ചാവുപായിൽ രഞ്ജിത്തിന്റെ 'നന്ദനം' മുതൽ 'ഞാൻ' വരെയുള്ള തിരക്കഥാചർച്ച. പരേതന്റെ കുറുമ്പൊയിലിലെ 4 ഏക്ര, പനങ്ങാട്ടെ 8 ഏക്ര പുഞ്ചവയൽ കണക്കെടുപ്പ്. പരേതനെ നിര്യാതനാക്കുന്നതിന്റെ ഉൽഘാടനച്ചിരികൾ. സന്ദർശകർക്കു മുന്നിലൊരുപിടി മൗനത്തിന്റെ

സ്നാപ്പുകൾ. ഫ്ളാഷ്ബാക്കിന്റെ നെടുവീർപ്പുകൾ...!

ചരമവാർത്തയിൽ ഭർത്താവിന്റെ ഉദ്യോഗപ്പേര് വെക്കാതിരുന്നതിൽ കെറുവിച്ച് പരേതന്റെ ഇളയമകളുടെ ഇറങ്ങിപ്പോക്ക്.

അഞ്ചാംനാൾ സഞ്ചയനം!

നാട്ടും വീടുമടക്കി അച്ചാർ മുതൽ രണ്ടുതരം പായസംവരെയുള്ള സദ്യ. പിൻമുറ്റത്തെ വിറകുപുരയിൽ അച്ചാർ നാവിലുരച്ചുംകൊണ്ട് മതേതരസൗഹൃദത്തോടെ രണ്ട് പൈന്റ്. മുൻമുറ്റത്തെ പന്തലിൽ പരേതന്റെ പഴയകാല വിറ്റുകളുടെ അനുസ്മരണം. അറബ് വസന്തം, കോർപ്പറേറ്റ്ഭീമൻമാരുടെ അധിനിവേശം. സരിത. സെക്രട്ടറിയറ്റ് ഉപരോധം. ഗാസ. മീശ, കഠ്വാ ചർച്ചകളുടെ മാലപ്പടക്കം. പൊട്ടിച്ചിരികൾ...!

യാത്രാമൊഴി ചൊല്ലുന്ന ബന്ധുക്കളുടെ കെട്ടിപ്പിടുത്തം, പൊട്ടിക്കരച്ചിൽ. കടലാസിൽപൊതിഞ്ഞ് പ്ളാസ്റ്റിക് കവറിലാക്കിയ ഉരുളികളുമായി പടിയിറക്കം.

സഞ്ചയനബുഫേയിൽ പരേതന്റെ മകന്റെ മകന്റെ ത്രീജി കൂട്ടുകാരൻ മൂന്നാംതവണയും കരസ്ഥമാക്കിയ ഐസ്ക്രീം നുണഞ്ഞ് പരിതപിച്ചു:

"എന്റെ വീട്ടിലുമുണ്ടെടാ ഒരു ഗ്രാന്റ്പാ...ഫ്യൂസായിരുന്നെങ്കിൽ ഹാ എത്ര കപ്പ് ഐസ്ക്രീം കഴിക്കാമായിരുന്നു..."

അതോടെ പരേതൻ തീർത്തും നിര്യാതനായി.

സ്മാർത്തവിചാരം

അഞ്ചാംപുരയിൽ
സ്മാർത്തവിചാരം കാത്തുകഴിയുന്ന തരുണിയെ
വിചാരണ നടത്തുന്ന സ്മൃതിനായകരുടെ പൊന്നുണ്ണികൾ
വിചാരണത്തലേന്നുതന്നെ കൊന്നുകളഞ്ഞു.

•

പുലി

നിന്നെ പുലി പിടിക്കും
ജീവിതമെന്നെ പേടിപ്പിച്ചുകളഞ്ഞു.

എന്നെ പുലിപിടിക്കുമെന്ന സത്യം മറക്കാനായി ഞാൻ കാമുകനായി, അപ്പനായി, അപ്പൂപ്പനായി, അപ്പപ്പൂപ്പനായി.

ഇന്ന്,

വേഷങ്ങളൊന്നുമില്ലാത്ത ഞാൻ കാതോർക്കുന്നു:

പുലിയുടെ മൃദുപാദസ്വനം!

●

കണ്ണ്

അവർക്കുനേരെ ഞാൻ കണ്ണുരുട്ടിയപ്പോൾ അവരെന്റെ വലിയ കണ്ണുകൾ മുഴുവൻ തുരന്നെടുത്ത് ഉറങ്ങാൻ കിടന്നു.

പക്ഷേ, കൃഷ്ണമണി ഞാൻ തട്ടിയെടുത്തു.

അവർക്കുനേരെ ഞാൻ കയ്യുയർത്തിയപ്പോൾ അവരെന്റെ കൈ രണ്ടും വെട്ടിയെടുത്ത് ഉറങ്ങാൻ കിടന്നു.

പക്ഷേ, ചൂണ്ടാണിവിരൽ ഞാൻ തട്ടിയെടുത്തു.

അവർക്കുനേരെ ഞാൻ നെഞ്ചുയർത്തിയപ്പോൾ അവരെന്റെ നെഞ്ച് വെട്ടിപ്പിടിച്ച് ഹൃദയം തുരന്നെടുത്ത് ഉറങ്ങാൻ കിടന്നു.

പക്ഷേ മനഃസാക്ഷി ഞാൻ തട്ടിയെടുത്തു.

എനിക്കറിയാം-

കൃഷ്ണമണിയും ചൂണ്ടുവിരലും മനഃസാക്ഷിയും എന്റെ കൈയിലിരിക്കുവോളംകാലം അവർക്കങ്ങനെ തിരിഞ്ഞും മറിഞ്ഞും കിടക്കാനല്ലാതെ-

ഉറങ്ങാൻ കഴിയില്ല;

ഒരിക്കലും!

●